बुद्धभूमी बिहार

दिलीपराज प्रकाशन प्रा. लि.™

२५१ क, शनिवार पेठ, पुणे - ४११०३०.

दिलीपराज प्रकाशनाची सर्व पुस्तके आता आपण **Online** खरेदी करू शकता.

आमच्या **Website** ला कृपया एकदा अवश्य भेट द्या अथवा **Email** करा.

Email - diliprajprakashan@yahoo.in

www.diliprajprakashan.in

आपला
भारत१२

बुद्धभुमी बिहार

राजा मंगळवेढेकर

दिलीपराज प्रकाशन प्रा.लि.™

२५१ क, शनिवार पेठ, पुणे - ४११०३०.

बुद्धभूमी बिहार
Buddhabhumi Bihar

लेखक : राजा मंगळवेढेकर

ISBN : 81 - 7294 - 267 - 2

प्रकाशक । राजीव दत्तात्रय बर्वे । मॅनेजिंग डायरेक्टर ।
दिलीपराज प्रकाशन प्रा. लि. । २५१ क, शनिवार पेठ । पुणे ४११०३०.
दूरध्वनी क्रमांक (फॅक्ससहित)
२४४७१७२३ । २४४८३९९५ । २४४९५३१४

© **दुर्गा मंगळवेढेकर**
९, अशोकबन, मॉडेल कॉलनी । पुणे - ४११०१६.

मुद्रक । रेप्रो इंडिया लिमिटेड, मुंबई

सुधारित आधुनिक आवृत्ती । १५ जून २०१५
(मे २०१५ पर्यंतच्या माहितीसह)

प्रकाशन क्रमांक । ९२१

अक्षरजुळणी । सौ. मधुमिता राजीव बर्वे
पितृछाया मुद्रणालय । ९०९, रविवार पेठ । पुणे ४११००२.

मुद्रितशोधन । सुभाष फडके

मुखपृष्ठ । सागर नेने

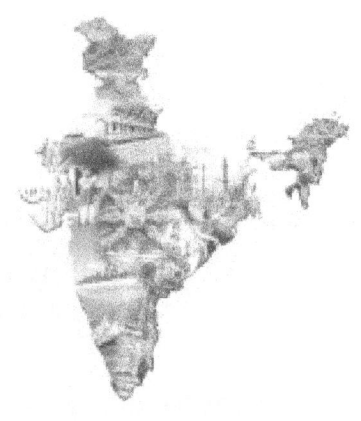

भिन्नतेत या अभिन्न...

भिन्नतेत या अभिन्न आज गाऊ आरती

लक्ष हस्त, लक्ष पाद, हृदय एक भारती

भिन्न वेष, भिन्न भाष, भिन्न धर्मरीती

भिन्न जात, भिन्न पंथ, तरीही एक संस्कृती ।।१।।

भिन्न रंग, भिन्न ढंग, भिन्न भाव-आकृती

भिन्न छंद, भिन्न बंध, आगळी कलाकृती ।

भिन्न वाणी, भिन्न गाणी, अर्थ एक वाहती

भिन्न शौर्य, भिन्न धैर्य, घोष एक गर्जती ।।२।।

भिन्न भवन, भिन्न हवन, भिन्न क्षेत्र मानिती

लहर लहर भिन्न तरी, एक गगन-माती ।

भिन्न तार, ताल तरी, एक मधुर झंकृती

कमलपुष्प हासते पाकळ्यांतुनी किती ।।३।।

राजा मंगळवेढेकर

अनुक्रमणिका

१.	श्रद्धाशील भूमी	७
२.	साक्षी इतिहास	१४
३.	लोक आणि लोकाचार	३२
४.	भाषा आणि साहित्य	४२
५.	कलाप्रिय बिहार	५३
६.	स्थलयात्रा	५८
७.	विकासोन्मुख बिहार	६७
८.	बिहारी लोकसाहित्य	७०
९.	संभाषण	७८
१०.	भोजपूरी भारतगीत	८१

१. श्रद्धाशील भूमी

सुन्दर सुभूमि भैया भारत के देसवासे,
मेरे प्राण बसेही म खुन्हरे बटोहिया ।
एक द्वार घेरे राम हिमकोत बलवासे,
तीन द्वार सिन्धु घहरावे र बटोहिया ।
जाहु जाहु भैया रे बेटोही हिंद देखि आड,
जहंवा कुहुँक कोईल बोले रे बटोहिया ।
पवन सुगन्ध मन् अगर गगन वांसे,
कामिनी बिहग राग गावे रे बटोहिया ।।

- हे परदेशी माणसा, आमचा भारत म्हणजे सौंदर्यभूमी आहे.

हिमालयाच्या आसमंतात तो पसरलेला आहे. एका बाजूस विस्तीर्ण हिमालय रक्षणाकरिता पहारेकऱ्यासारखा उभा असून अन्य तीन बाजूस सागर गर्जना करीत आहे.

हे परदेशी मित्रा, तू आमचा भारत पाहाण्यास ये ! येथे 'कुहू कुहू' स्वरांनी कोकिळा गात आहेत, येथील आसमंतात 'अगर' नावाच्या सुगंधाने गंधित झालेली हवा मंद मंद वाहत आहे. कामिनी बिहंग राग आळवीत आहेत.

बिहारमधील भोजपुरी भाषेतील हा भारत महिमा. कवीने आपल्या प्रियतम भारत देशाचे गुणगान यात गाईले असून पुढे त्याने म्हटले आहे 'आमच्या देशात अनेक लहान मोठी राज्ये आहेत. त्यातील लोकांची वेषभूषा व भाषा ही जरी भिन्न भिन्न असली तरी आम्ही एक देशाचे रहिवासी आहोत.'

भारतभाग्य कुणीही अभिमानाने गावे, आळवावे, मिरवावे असे थोर आहे! त्यात बिहारी माणूस भक्तहृदयाचा, श्रद्धाशील. त्याच्या अंतःकरणात भारताचे श्रेष्ठत्व देवासारखे ठसलेले. प्राचीन काळापासून या भूमीतल्या माणसांनी

एक भारताचे, एक जननीचे, एक देशाचे, एक जनतेचे भव्य दिव्य दर्शन मनीमानसी वागवलेले आहे. असे मंगल स्वप्न हृदयाशी बाळगलेले आहे!

भारताचे थोर भाग्य रेखण्यात बिहारचा वाटा मोठा. सिंहाचा. 'मगध' हे नाव उच्चारताच एक सुदीर्घ तेजस्वी आणि ओजस्वी इतिहास नजरेपुढे येतो. अतिप्राचीन काळी भारतीय ऋषीमुनींचा व महर्षींचा रहिवास मगध भूमीत होता. मगध हे बिहारचे प्राचीन नाव. आर्यसंस्कृतीची प्रारंभीची पाऊले मगध भूमीत उमटलेली आहेत. आर्यांच्या मूलस्थानाविषयी भिन्न भिन्न मते आहेत. एका लेखकाने तर असेही लिहिलेले आहे की, '...अगदी प्रारंभाबद्दल बोलायचे तर बिहार हा लोकमान्य टिळकांनी आपल्या 'ओरायन' ह्या ग्रंथात प्रतिपादन केलेला आर्यांचा मूलप्रदेश उत्तरध्रुव आहे. आपली ही मूलभूमी सोडून जगभर पसरण्यापूर्वी आर्यांनी ह्याच प्रदेशात असंख्य वर्षे आपले संघजीवन व्यतीत केले, आपल्या चिरंतन तत्त्वज्ञानाची आणि संस्कृतीची रूपरेखा निर्माण केली आणि तिथूनच शेवटी जगाला सुसंस्कृत करण्याचा, आर्य करण्याच्या मनीषेने 'कृण्वन्तो विश्वमार्यम' च्या प्रतिज्ञेने त्यांनी आपली ही मूलभूमी सोडून अन्यत्र पसरण्यास सुरुवात केली. अद्वितीय अक्षर वाङमय चतुर्वेद यांचीही रचना बिहारमध्येच झाली असावी असे बिहारी लोक मोठ्या आग्रहाने प्रतिपादन करतात...'

काही असो, बिहार-मगधची ही भूमी फार फार प्राचीन आहे हे तर खरेच! रामायण महाभारतकालाशी मगध भूमीचा संबंध होताच. विदेही जनक राजा याच भूमीतला. हीच भूमी नांगरीत असताना त्याला भूमिकन्या सीता गवसली.

जनकपूर म्हणून ते स्थान सुविख्यात झाले. जनकाची राजनगरी मिथिला. सीतेचे बालपण इथेच गेले. मिथिलेवरून तिला 'मैथिली' हे नाव लाभले.

याच भूमीत ऋषीमुनींचे यज्ञयाग होत असत. असुर राक्षस त्या धर्मकर्मात व्यत्यय आणीत असत. धुमाकूळ मांडीत असत. म्हणून मग त्यांच्या निर्मूलनासाठी विश्वामित्र ऋषींनी दशरथ राजाकडून राम लक्ष्मण या प्रतापी कुमारयोद्ध्यांना इथेच आणले. रामबाणांनी असूरदमन झाले. ही भूमी शांत, निर्भय बनली. ऋषीमुनींना 'देवानाम प्रिय अशोक' सम्राट होऊन गेला तो याच बिहारमध्ये. त्याच्यानंतर मौर्य, गुप्त, हर्ष इत्यादी राजवटी आल्या नि गेल्या, तो इतिहास याच भूमीत घडला.

इंग्रजी सत्ता आल्यावर तिच्याशी झुंज घेणारा १८५७ मधील वीर बाबू कुंवरसिंहाची शौर्यभूमी जगदीशपूर बिहारमध्येच आहे.

कोटी कोटी कंठो से गूंजे युग युग यह तराना ।
देशभक्ती का दीवाना था, कुंवरसिंह मर्दाना ।।

कुंवरसिंहाची गौरवगीते आजही बिहारी लोकांच्या मुखात घोळत आहेत. गांधीजींनी आपल्या सत्याग्रह शस्त्राचे अभिनव हत्यार भारतात प्रथम परिणामकारकरीत्या वापरले ती चंपारण्याची ऐतिहासिक भूमी बिहारमधीलच.

जयप्रकाश नारायण **राजेंद्र प्रसाद**

आणि याच बिहारने सौजन्यमूर्ती राजेंद्र प्रसाद व धैर्यमूर्ती श्रद्धेय जयप्रकाश नारायण यांच्यासारखे भारतभाग्यविधाते राष्ट्राला दिले.

बिहारचे कला आणि विद्याप्रेमही प्रसिद्ध आहे. आद्य शंकराचार्यांशी शास्त्रार्थ करणारा महापंडित मंडनमिश्र बिहारमधल्या मिथिला नगरीतलाच. त्याकाळी मिथिला ही विद्यानगरीच होती. जनकराजाच्या दरबारी महाअमात्य म्हणून याज्ञवल्क्य ऋषींसारखे प्रकांड पंडित होते. जनकाच्या विद्वतसभेत देशादेशींचे विद्वान येत असत. गार्गी, मैत्रेयीसारख्या विद्वान विदुषी त्यावेळी शास्त्रार्थ करीत असत. नरनारी अशा विद्वान होत्याच पण शंकराचार्यांच्या संदर्भातलीच गोष्ट सांगतात की, मंडनमिश्रांच्या घराचा शोध घेत ते मिथिलेच्या राजरस्त्यातून चालले असताना त्यांनी एका दासीला पत्ता विचारला, त्यावेळी तिने श्लोकात सांगितले -

स्वतःप्रमाणं परतःप्रमाणं शुकांगना यत्र विचारयन्ति ।
शिप्योपशिप्यैरूपगीमांन जानीहि तन्मण्डनमिश्रधाम ।।

म्हणजे ज्यांच्या दरवाजात टांगलेल्या पिंजऱ्यांमधील पोपट आणि मैना हे पक्षी शास्त्रवचने पठण करीत असलेले आढळतील तेच पंडित मंडनमिश्रांचे घर आहे असे समजा!

नालंदासारखे विश्वविख्यात विद्यापीठ बिहारमध्येच होते.

बौद्ध धर्माचा कीर्तीध्वज जगभर नेणारे किती तरी बौद्धआचार्य येथे झाले. अनेक बौद्ध विहार येथे अस्तित्वात आले. या विहारांमुळेच या भूमीला ‘बिहार’ असे नाव प्राप्त झाले.

बिहार हे आजच्या भारतीय संघराज्यातील एक राज्य आहे. या राज्याच्या उत्तर दिशेला नेपाळ आणि दक्षिणेला झारखंड यांचा शेजार लाभलेला आहे, तर

पश्चिमेला उत्तर प्रदेश व छत्तीसगड आणि पूर्वेला बंगाल या राज्यांची सोबत आहे. या प्रदेशातील ३८ जिल्ह्यांची लोकसंख्या, तसेच साक्षरता, स्त्री-पुरुष गुणोत्तर वगैरे तपशील पुढील कोष्टकात दिला आहे.

जिल्हा	**लोकसंख्या**	**जिल्हा**	**लोकसंख्या**	**जिल्हा**	**लोकसंख्या**
आरारिया	२८,०६,२००	कैमूर (भबुआ)	१६,२६,९००	पूर्व चांपारण	५०,८२,८६८
अरवल	६,९९,५६३	कटिहार	३०,६८,१४९	पूर्णिया	३२,७३,१२७
औरंगाबाद	२५,११,२४३	खगरिया	१६,५७,५९९	सहरसा	१८,९७,१०२
बांका	२०,२९,३३९	किशनगंज	१६,९०,९४८	मस्तीपूर	४२,५४,७८२
बेगुसराई	२९,५४,३६७	लखीसराय	१०,००,७१७	सरन	३९,४३,०९८
भागलपूर	३०,३२,२२६	माधेपुरा	१९,९४,६१८	शेखपुरा	६,३४,९२७
भोजपूर	२७,२०,१५५	मधुबनी	४४,७६,०४४	शेओहर	६,५६,९१६
बक्सर	१७,०७,६४३	मुंगेर	१३,५९,०५४	सीतामढी	३४,१९,६२२
दरभंगा	३९,२१,९७१	मुझफ्फरपूर	४७,७८,६१०	सिवान	३३,१८,१७६
गया	४३,७९,३८३	नालंदा	२८,७२,५२३	सुपाल	२२,२८,३९७
गोपालगंज	२५,५८,०३७	नावाडा	२२,१६,६५३	वैशाली	३४,९५,२४९
जमुइ	१७,५६,०७८	पश्चिम चंपारण	३९,२२,७८०		
जेहानाबाद	११,२४,१७६	पटना	५७,७२,८०४		
एकूण लोकसंख्या	**स्त्री : पुरुष गुणोत्तर**			**साक्षरता**	**शहरी :ग्रामीण गुणोत्तर**
१०,३८,०४,६३७	**९१८/१०००**			**६१.८०%**	**११/८९**
एकूण क्षेत्रफळ	**जंगले**			**सिंचनाखालचे**	**२६ शहरे**
९४,१६३ किमी^{2}	**६,४७३ किमी^{2}**			**४३३६ हजार हेक्टर**	**३९,०१५ खेडी**

एक लाखावर लोकवस्ती असलेली एकूण २६ शहरे बिहारमध्ये असून त्यातील सर्वात मोठे शहर म्हणजे राजधानी पटना (लोकसंख्या १६,८३,२००) आहे, तर गयेची लोकसंख्या ४,६३,४५४ इतकी आहे. या राज्याच्या विधानसभेत २४३ तर विधानपरिषदेत ७५ आमदार असतात. या राज्यातून लोकसभेच्या ४० तर राज्यसभेच्या १६ जागा आहेत.

गंगेचे विस्तीर्ण खोरे आणि छोटा नागपूरचे पठार हे बिहार भूमीचे दोन

प्रमुख असे नैसर्गिक विभाग मानले जातात. आता छोटा नागपूरच्या पठाराचा प्रदेश झारखंड या स्वतंत्र राज्यात मोडतो. गंगेच्या उत्तरेकडचा तराईपर्यंतचा प्रदेश अगदी सपाट असून, त्यातून गोग्रा, गंडक, बागमती, कोसी, महानंदा इत्यादी अनेक लहान मोठ्या नद्या वाहतात. या नद्यांना पावसाळ्यात नेहमी महापूर येतात. त्यांचे मार्गही सतत बदलत असतात.

गंगेचा दक्षिणेकडील प्रदेश त्या मानाने कमी सपाट असून छोटा नागपूरच्या पठारपर्यंत पुष्कळ चढणीचा भाग येतो. त्या पठारापासून निघालेले अनेक डोंगर या भागात पसरलेले आहेत. बरबर, राजगिर, खडकपूर हे त्यांपैकी काही डोंगर. हे डोंगर मात्र कमी उंचीचे आहेत. नद्यांच्या महापुराचा तडाखा या भागाला फारसा जाणवत नाही.

शोण नदी मध्यप्रदेशात अमरकंटक येथे उगम पावते व बिहारमध्ये गंगा नंदीला मिळते. बिहारभूमीवरून ती १४५ मैलांचा प्रवास करते शेवटी शेवटी तिचे ील अशीच महानदी आहे. पूर्णियापासून दरभंग्यापर्यंतच्या प्रदेशातून ही वाहते. कोसीला 'कुंवार' नदी म्हणतात. पुराणातही अशी कथा आहे की, कोसी ही विश्वामित्र ऋषींची बहीण. तिचे लग्न झाले नाही त्यामुळे तिचा मानभंग झाला. म्हणून तिने मानवसंहार चालविला. कोसी नदी एवढी प्रचंड असूनही ती सागराला न मिळता भागलपूरजवळ गंगेला मिळते, त्यावरून तिच्या 'कुंवार'पणाची कल्पना रूढ झाली असावी.

हिमालय पर्वतामधून उगम पावणाऱ्या सात निरनिराळ्या प्रवाहांचा एकत्रित ओघ म्हणजे ही कोसी नदी आहे. ह्या सातही प्रवाहांचे रंग वेगवेगळे असून त्यांना श्र्वेत कोसी, पीत कोसी, रक्त कोसी अशी त्यांच्या वर्णानुसार नावे आहेत. पर्वतराजींचा प्रदेश सोडण्यापूर्वीच हे सातही प्रवाह एकमेकात मिसळतात आणि मग एकरूप बनलेला हा प्रवाह कोसी अथवा सप्तकोसी म्हणून मार्गक्रमण करू लागतो.

बिहार हे भारतामधील अन्य राज्यांप्रमाणेच शेतीप्रधान राज्य आहे. गंगेचे खोरे अत्यंत सुपीक म्हणून प्रसिद्ध आहे. गंगेच्या उत्तरेकडील प्रदेशात भरपूर पाऊस पडतो; पण दक्षिणेकडे कमी पडतो.भात हे बिहारमधील पीक असून गहू, सातू, मका व कडधान्ये निरनिराळ्या भागात पिकविली जातात. काही भागात ऊस, ताग, तंबाखू, नीळ, बटाटे, ज्वारी, तीळ, मोहरी ही पिकेही घेतात.चंपारण प्रदेशात घनदाट अरण्ये आहेत. या अरण्यांतून विविधप्रकारची झाडे आहेत. त्यांपासून उत्तम लाकूड, बांबू, लाख, गवत इत्यादी अनेक प्रकारची जंगलसंपत्ती मिळते. बिहारी जंगलातून वाघ, चित्ता, अस्वल, कोल्हा, हरीण, काळवीट, हत्ती

इत्यादी वन्यपशू व विविध जातींचे पक्षीही पुष्कळच आढळतात.

खनिज संपत्तीच्या बाबतीतही बिहार राज्य अत्यंत समृद्ध आहे. कोळसा, लोखंड, अॅल्युमिनियम, अभ्रक, तांबे, युरेनियम, इत्यादी पदार्थ विपुल प्रमाणात मिळतात. या वैपुल्यामुळेच मोठमोठ्या खाणी आणि कारखानेही बिहारमध्ये आहेत.

बिहार राज्याची राज्यभाषा हिंदी आहे. परंतु भोजपुरी, मैथिली व मघई या लोकभाषांही त्या त्या भागात प्रचलित आहेत. त्यांना बिहारी भाषाही म्हणतात. सारन, चंपारन, बलिया, गाजीपूर या भागात मुख्यत्वे भोजपुरी भाषा चालते. डुम्का, मोंघीर, भागलपूर, पाटणा, हजारीबाग, गया या भागात मघई भाषा प्रचलित आहे, तर मुझफ्फरपूर, दरभंगा, सहर्सा, पूर्णिया, भागलपूर, छपरा या भागात मैथिली भाषा लोकांच्या बोलण्यात विशेषत्वाने आहे.

बिहारी लोकसमाजही चातुर्वण्यावर आधारीत असून, सवर्ण, अस्पृश्य असे भेदाभेद आहेत. ब्राह्मण, राजपूत, वैश्य, शूद्र, कायस्थ, क्षत्रिय, तेली, सूरी, ग्वाला, बुनीया, दुसाध, भूमिया, पासी, कलवाड, चमार, डोंब, तांती इत्यादी विविध जाती-जमाती अस्तित्वात आहेत.

लोकसंख्या	**मुस्लीम %**	**हिंदू%**	**शीख%**	**बौद्ध व अन्य%**
८,२९,९८,५०९	१,३७,२२,०४	६,९०,७६,९१	२०,७८	१,७८,७६२
२००१ च्या जनगणनेनुसार	१६.५३	८३.५३	०.०३	०.२२

बिहारी माणूस तसा साधासुधा व श्रद्धाळू आहे. अतिथ्यशील व धार्मिक प्रवृत्तीचा आहे. जमीनदारीची प्रथा फार पूर्वीपासून मोठ्या प्रमाणावर आहे. बिहारी लोकांच्या नावात एक वैशिष्ट्य आढळते. इकडे संपूर्ण नाव लिहिताना देखील वडिलांचे नाव अंतर्भूत केले जात नाही. राजेंद्रप्रसाद यांचे श्रीवास्तव आडनावही बऱ्याच लोकांना ठाऊक नाही. जयप्रकाश नारायण यांचे जे. पी. नारायण असे केले जाते. इकडे 'प्रसाद' आणि 'नारायण' ही नावे मुलांच्या नावात आणि 'देवी' व 'बाला' ही अनुपदे मुलींच्या नावात जास्त प्रमाणात प्रचलित आहेत.

अशी ही बिहारची विविधरूपी, समृद्ध व सश्रद्ध भूमी आहे.

★★★

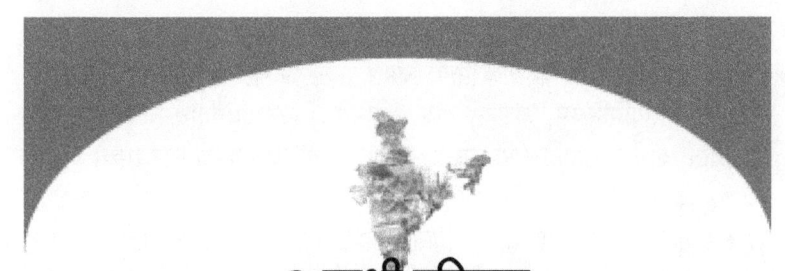

२. साक्षी इतिहास

बिहार राज्याला फार मोठा गौरवशाली इतिहास लाभलेला आहे. प्राचीन काळी बिहारचा प्रदेश 'गोंडवन' नावाच्या खंडाचा एक भाग होता, असे मानले जाते. आर्य येण्यापूर्वी या प्रदेशात अनार्य आदिवासी लोक वसत होते. ऋग्वेदाच्या काळी आर्य लोक ब्रह्मावर्तात म्हणजे आजच्या हरियाना-पंजाब राज्यात वसती करून होते. त्यानंतरच्या काळात देखील अंग, वंग, मगध इत्यादी प्रदेशातील लोकांना 'व्रात्य' म्हणजे संस्कारहीन असे मानण्यात येई. ब्राह्मणे आणि अरण्यके यांच्या काळी आर्यांनी पूर्वेकडील प्रदेशात वसाहती करण्यास सुरुवात केली. त्यामुळे आर्य संस्कृतीचा प्रसार या भागात झाला. विदेह माधव नावाच्या राजाची कथा शतपथ ब्राह्मणात आलेली आहे. हा राजा यज्ञाचा अग्नी घेऊन आपल्या पुरोहिताबरोबर पूर्व दिशेकडे निघाला होता. सदानीरा नावाच्या नदीपर्यंत तो कसलीही संकटे न येता सुखरूपपणे आला. परंतु नदीच्या पलीकडे मात्र त्याचा यज्ञाग्नी गेला नाही. याचा अर्थ असा की, शतपथ ब्राह्मणाच्या वेळी आर्यांची यज्ञ संस्था सदानीरा नदीपर्यंतच पोहोचलेली होती. विदेह राजामुळे त्याकाळी या भागात 'विदेह' हे नाव मिळाले. आजच्या बिहारमध्ये प्राचीन विदेह समाविष्ट आहे.

पुराणे आणि महाकाव्ये यात मात्र पूर्वेकडील आर्यसंस्कृतीच्या प्रसाराविषयी वेगळी माहिती आढळते. पुराणांच्या मते मनूच्या काळीच आर्यलोकांची राज्ये बिहारमध्ये स्थापन झाली होती. मनूचा पुत्र नाभादिष्ट याने वैशालीचे राज्य स्थापले. दुसरा पुत्र करुष याने गंगेच्या दक्षिणेला समुद्रापर्यंत राज्यस्थापना केली. मनूचा नातू निमी किंवा विदेह याने विदेह राज्याची स्थापना केली. विदेहाच्या वंशातील मिथी जनक याच्या वेळी राजधानीला 'मिथिला' आणि त्याच्या वंशाला 'जनक' अशी नावे मिळाली. मनूची कन्या इला हिचा पुत्र पुरूरवा ऐल व त्याचा पुत्र अनू यांच्या वंशाला अन्व असे म्हणतात. त्या वंशाचे राज्य विदेह आणि

वैशाली यांच्या पूर्वेला होते. पौरव वंशातील वसू नावाच्या राजाने चेदीपासून मगधापर्यंत आपली सत्ता स्थापिली होती. त्याचा पुत्र बृहद्रथ याला मगधाचे राज्य मिळाले होते. बृहद्रथाच्या वंशाने मगधाचे विशाल साम्राज्य निर्माण केले.

रामायण काळात मगध साम्राज्याचा उल्लेख आढळतो. आदिकवी वाल्मिकी यांचे वसतिस्थान येथेच होते. दशरथ राजाची सुमित्रा नावाची राणी ही मगध राजकन्या होती. याच प्रदेशात उत्तरेला जे मिथिल राज्य होते तिथे जनक राजा राज्य करीत होता. भूमिकन्या सीतेचा प्रतिपाळ यानेच केला. हा मोठा तत्त्वज्ञ महर्षी होता. त्याकाळी मिथिलेचा गौरव सर्वदूर पसरला होता. याच मिथिला नगरीत याज्ञवल्क्य आणि न्यायसूत्रांचा रचनाकार गौतम हे महर्षी होऊन गेले. बिहारमधील दरभंगा जिल्ह्यात आजही गौतमकुंड आणि अहल्यास्थान हे दर्शनीय, पवित्र स्थल म्हणून दाखवितात. विश्वामित्र ऋषींचा आश्रम येथील बक्सर भागात होता आणि यज्ञाच्या रक्षणार्थ विश्वामित्राने आणलेल्या श्रीरामचंद्राने ताटिका राक्षसीचा वध याचा प्रदेशात केला होता. रामरेखा घाटावर विश्वामित्र मुनींची भव्य मूर्ती उभी आहे !

हजारो वर्षांपूर्वी रामायणकालातच भागलपूर हे नगर वसले. त्या काळी त्याचे नाव 'चंपानगर' असे होते. अंग देशाचा राजा रोमपाद याचा चंपा हा पणतू होता. याच्याच वंशात कुंतीपुत्र कर्णाचा सांभाळ करणारा अधिरथ झाला. बिहारच्या दक्षिणपूर्वेला जो अंग देश होता त्या अंग देशाचा राजा कर्ण होता.

जरासंधाची राजधानी बिहारमधील राजगीर येथे होती. प्राचीन काळी या नगरला 'राजगृह' अथवा 'राजगिरीज' असे म्हणत असत. जरासंध हा मोठा प्रतापी राजा होता. यानेच मथुरेच्या यादव राज्यावर चढाई केली होती.

आजचा बिहार प्राचीन काळी विदेह, अंग, वैशाली आणि मगध अशा चार राज्यात विभागलेला होता. ही महाजनपदे म्हणून त्यावेळी अस्तित्वात होती. अंग हे आजच्या भागलपूर जवळ होते. अंग व मगध यामधून चंपा नदी वाहत होती. वैशाली या प्राचीन नगरीची स्थापना इक्ष्वाकु वंशातील राजा 'विशाल' याने केली होती. त्याच्या नावावरूनच या नगरीला 'वैशाली' नाव पडले. वैशाली हे एक गणराज्य होते.

मगध

मगध हे त्यातील एक मोठे राज्य होते. भगवान बुद्धाच्या काळी देशात जी महाजनपदे होती त्यात मगध हे एक होते. पूर्वेस अंग देश, पश्चिमेस शोणनद, उत्तरेस गंगा आणि दक्षिणेस छोटानागपूरचे पठार अशी तत्कालीन

मगध राज्याची चतु:सीमा होती. मग लोकांना धारण करणारा देश म्हणजे तो मगध देश होय, अशी याची व्युत्पत्ती सांगतात. 'मग' म्हणजे शाकद्वीपातील ब्राह्मण. ते ज्या देशात येऊन राहिले तो मगध देश. गौतम बुद्ध हा 'शाक' अथवा 'शाक्य' वंशीय होता. याचा अर्थ इतकाच की, मगध म्हणून जो देश प्रसिद्ध होता त्यात शाकद्विपातील ब्राह्मण, क्षत्रिय इत्यादी आले आणि वसले. जैन ग्रंथामध्ये मगधाला पवित्र जनपद मानले आहे. ''मगधामध्ये जैन ज्ञान व जैनाचार यांचे रक्षण चांगल्या प्रकारे होऊ शकेल.'' असे महावीरांनी म्हटले आहे.

त्यावेळी अस्तित्वात असलेल्या सर्व राज्यात मगध हे शक्तिशाली राज्य होते. गौतमबुद्धाच्या काळी मगधावर बिंबिसार नावाचा राजा राज्य करीत होता. बिंबिसार हा हरिर्यक नामक नाग वंशाच्याच एका शाखेत जन्मला होता. मगधात नाग क्षत्रियांची बरीच वस्ती होती. त्यामुळे तिथे नागांचे आधिपत्य निर्माण होणे स्वाभाविक होते. बिंबिसार राजानंतर त्याचा पुत्र अजातशत्रू यांच्या कारकिर्दीनेच त्याकाळी गाजलेला आहे. मगधाच्या इतिहासावर पुराणे, सिंहलीजनश्रुती, महावंश व इतर राजांच्या संदर्भातले ग्रंथ यावरून बराच प्रकाश पडतो.

पुराणांच्या मते मगध राजवंशाचा संस्थापक शिशुनाग हा होता. बिंबिसार हा नागवंशीय होता असे महावंश ग्रंथातही म्हटले आहे. बिंबिसार हा प्रथम

सेनापती होता, असे एक मत आहे. तर त्याला त्याच्या पित्याकडूनच राज्य लाभले होते असे दुसरे मत आहे. या पित्याच्या नावाबद्दलही भिन्न भिन्न मते आहेत. पुराणात त्याचे नाव हेमजित, क्षेमजित, क्षेत्रोजा अथवा क्षत्रौजा अशी आढळतात. तिबेटी साहित्यात त्याला महापदम् असे म्हटले आहे.

बिंबिसार

बिंबिसार हा एक कुशल राजनीतिज्ञ होता. तत्कालीन राजकीय परिस्थितीचे त्याचे ज्ञान उत्तम होते. साम्राज्याविस्ताराच्या त्या काळात मगध राज्य दुर्बल ठेवून भागणार नाही, ते संघटित व प्रबळ बनविले पाहिजे हे त्याने जाणले होते, आणि त्यासाठी प्रयत्नही केले होते. त्या प्रयत्नांचाच एक भाग म्हणून त्याने अनेक विवाह केले व अन्य राज्यांशी सलोख्याचे संबंध प्रस्थापित केले. 'महावग्ग' नावाच्या ग्रंथात बिंबिसार राजाला पाचशे राण्या होत्या असा उल्लेख आहे. विदेह, कोशल, लिच्छवी, मद्र इत्यादी देशातील राजकन्यांशी त्याचे विवाह झाले होते. त्याला अनेक पुत्रही होते. अजातशत्रू हा त्यात मोठा व महत्त्वाकांक्षी होता.

बिंबिसार राजाची राजधानी प्रारंभी गिरिव्रज येथे होती. हिला कुशाग्रपूर असेही नाव होते. परंतु पुढे काही दिवसांनी त्याने राजगृह येथे नवीन राजधानी स्थापन केली. बुद्धघोष ह्या बौद्ध भिक्षूने राजगृह नगरीला 'बिंबिसारपुरी' असे म्हटले आहे.

राजा बिंबिसार याने आजूबाजूच्या अंग इत्यादी राज्यांवर स्वाऱ्या करून साम्राज्य विस्तार केला. 'महावग्ग' नामक ग्रंथात म्हटले आहे की, बिंबिसार राजाच्या सत्तेखाली ८०,००९ इतकी गावे होती. 'बुद्धचर्या' नावाच्या ग्रंथामध्ये बिंबिसार राजाच्या विस्तार ३०० योजने होता, असे म्हटले आहे. राजा बिंबिसार याने साम्राज्य वाढविल्यानंतर आपली शासनव्यवस्थाही सुधारली होती. राज्यकारभारासाठी लहानमोठे अधिकारी नेमले होते, त्यात उपराजा, मांडलिक राजा, सेनापती, सेनानायक, महामात्र, व्यावहारिक महामात्र व ग्रामभोजक हे अधिकारी प्रमुख होते. राज्यसभेत सर्व गावच्या प्रतिनिधींना स्थान होते.

बिंबिसार राजाची न्यायव्यवस्था कठोर होती. कारागृहाशिवाय फटके मारणे, डागणे, जीभ छाटणे, अंगच्छेद व मृत्युदंड अशा शिक्षा होत्या. गैरसल्ला देणाऱ्या पदाधिकाऱ्याला पदच्युत केले जाई. उत्तम राजसेवकाला पुरस्कारही मिळे.

राज्यात विद्या व कला यांना प्रोत्साहन दिले जाई. जीवक हा प्रमुख राज्यवैद्य होता. राज्यात मोठमोठी भवने बांधलेली होती. हा काळ सर्वच दृष्टीने समृद्धीचा होता.

बिंबिसार राजाने सुमारे ५२ वर्षे राज्य केले. वृद्धापकाळी त्याचा मुलगा अजातशत्रू याने त्याला कारागृहात टाकले आणि अन्नपाण्याविना उपाशी ठेवून मारले. अशाप्रकारे पित्याची हत्या करून अजातशत्रू मगधाच्या गादीवर आला.

अजातशत्रू

अजातशत्रू याने इ. स. पू. ५११ मध्ये मगधाची सत्ता हातात घेतल्यानंतर अनेक युद्धे करून मगधाचे साम्राज्य वाढविले आणि बळकट केले. अजातशत्रू हा मोठा साम्राज्यपिपासू होता.

गौतमबुद्धाची अजातशत्रूशी भेट झाली होती. असे मानतात. भरहुत येथील शिलालेखात 'अजातशत्रू भगवतो वन्दते' असे म्हटलेले आहे. यावरून या मताला पुष्टी मिळते.

गौतमबुद्धाचे निर्वाण झाल्यावर अजातशत्रूने आपला दूत पाठवून बुद्धाच्या भस्मावशेषांची मागणी केली होती. 'भगवान बुद्ध क्षत्रिय होते आणि मीही क्षत्रिय आहे, म्हणून त्यांच्या भस्मावशेषांवर माझाही अधिकारी आहे. मी भगवंताच्या अवशेषांवर स्तूप बांधीन,' असे त्याने कळविले होते. अजातशत्रूच्या या मागणीनुसार त्याला बुद्धावशेष देण्यात आले. अजातशत्रूने त्यांवर राजगृह येथे स्तूप बांधला. बौद्ध भिक्षूंनी बुद्धांच्या उपदेशांचे संकलन करण्यासाठी एका प्रशस्त आणि निवांत जागेची मागणी अजातशत्रूकडे केली होती. ती मान्य करून अजातशत्रू वैभार पहाडीतील सप्तपर्णी गुहेच्या आत एक विस्तीर्ण सभाभवन तयार करून दिले होते. येथेच पुढे कालांतराने बौद्धभिक्षूंची पहिली धर्म संगीती भरली होती. यावरून प्रारंभी जैन धर्माकडे कल असलेला अजातशत्रू पुढे बौद्ध धर्मीय झाला होता असे दिसते.

अजातशत्रूच्या पश्चात मगधाच्या गादीवर कोण राजा आला याबद्दल विद्वानात मतभेद आहेत. पुराणांच्या मते असे दिसते की, अजातशत्रूच्या पश्चात मगधाच्या गादीवर त्याचा पुत्र दर्शक हा आला होता. महाकवी भासाने आपल्या 'स्वप्नवासवदत्ता' नावाच्या नाटकात दर्शक राजाचा उल्लेख केलेला आहे. 'महावंश' नावाच्या बौद्ध ग्रंथानुसार अजातशत्रूच्या पश्चात उदयभद्र नावाचा राजा झाला असे दिसते. याला बौद्ध ग्रंथांनी अजातशत्रूचा पुत्र मानले आहे. परंतु जैन ग्रंथांनी उदयभद्र कुणिक पुत्र होता असे म्हटले आहे. अजातशत्रूप्रमाणेच उदयभद्राने देखील पितृहत्या केली असे बौद्ध ग्रंथांनी म्हटले आहे. परंतु अजात शत्रूला पितृहत्या मानण्याच्या बाबतीत जैन आणि बौद्ध ग्रंथाचे दुमत दिसते. तसेच उदयभद्राच्या बाबतीतही आढळते. उदभद्रालाच उदाइ असे म्हटले आहे. यानेच

'कुसुमपूर' नगरीची म्हणजे नवीन पाटलीपुत्राची स्थापना केली असे म्हणतात. उदयभद्र हा जैन मताचा पुरस्कर्ता होता. त्याने नगरीच्या मध्यवर्ती चैत्यगृह बांधले होते. उदयभद्र राजाचा अंत एका कटात झाला. त्याच्या नंतर अनुरूद्ध, मुन्ड व नागदाशक नावाचे राजे झाले, असा उल्लेख बौद्ध ग्रंथात आहे. जैन ग्रंथांनी उदयभद्राला वारसच नव्हता असे म्हटले आहे. पुराणांनी उदाईच्या नंतर नंदीवर्धन अथवा महानंदिन हा राजा झाला असे म्हटले आहे. दर्शक राजाचा उल्लेख पुराणांनी केला आहे. हाच नागदर्शक किंवा नागदाशक असावा.

शिशुनाग

दर्शक राजानंतर शैशुनाग किंवा शिशुनाग हा मगधाच्या गादीवर बसला. याने इ. स. पू. ४५३ पर्यंत राज्य केले. हा एक महान विजेता राजा होऊन गेला. अवंतीचा प्रद्योत वंश त्याने नष्ट केला. अवंतीवर्धन नावाच्या या वंशातील राजाला ठार करून अवंतीचे राज्य आपल्या साम्राज्यात विलीन करून टाकले. वत्स आणि कोशल या राजवटींची अखेर शिशुनाग राजाच्या काळीच झाली. वत्सचा अखेरचा राजा क्षेमक आणि कोशलचा अखेरचा राजा सुमित यांचा त्याने पराभव केला व त्यांची राज्ये मगध साम्राज्यात समाविष्ट करून टाकली. या विजयामुळे शिशुनाग राजा हा आर्यावर्ताच्या एका मोठ्या भागाचा स्वामी बनला होता. याने चौदा वर्षे राज्य केले. हा राजनीतिकुशल असा शासक होता. यानेच सर्वप्रथम मगध राज्याला साम्राज्याचे स्वरूप दिले. ज्याला खऱ्या अर्थाने सम्राट म्हटला येईल असा हा पहिला मगध सम्राट होता.

शिशुनाग राजाच्या मृत्यूनंतर इ. स. पू. ३९३ मध्ये त्याचा पुत्र कालाशोक मगध सिंहासनावर आला.

कालाशोक याचे मूळनाव अशोक होते. परंतु त्याच्या काळ्या वर्णामुळे त्याला कालाशोक हे नाव पडले. 'काकवर्ण' असेही त्याला म्हटले जाई. याने छत्तीस वर्षे राज्य केले. हा देखील एक यशस्वी राज्यकर्ता होता. परंतु याच्या विरुद्धही काही लोक राज्यात होते आणि या लोकांचा नेता होता महापद्म नंदा !

नवनंद

भारताच्या इतिहासात नंदवंशाचा उदय इ. स. पूर्वी ४२५ च्या सुमारास झाला. नंदवंश सत्तेवर आला. महापद्म नंद हा पहिला सम्राट बनला. येथेही इतिहासातील अदभुत घटनांचे दर्शन घडले.

महापद्म नंदाची अशी दंतकथा सांगतात की, हा कालाशोक राजाच्या दरबारी होता. हा मोठा मुत्सद्दी व महत्त्वाकांक्षीही होता. याने राणीचे मन मोहून

टाकले होते. हा जातीने नापित होता. याने कालाशोक राजाला ठार करून त्याच्या दहा पुत्राला गादीवर बसविले. भद्रसेन, कोरणुवर्ण, मंगुर, सरवंजह, जालिक, अभ्भक, संजय, कोरण्य, नंदिवर्धन आणि पंचमन्न अशी त्यांची नावे होती. प्रथम यांचा पालक म्हणून याने राजकारभार पाहिला व पुढे या दहाही राजकुमारांना ठार मारून महापद्म नंद याने मगधाची गादी बळकावली.

इतिहासकार भारताचा पहिला महान ऐतिहासिक सम्राट म्हणून महापद्मनंद यालाच मानतात. हा क्षुद्र होता. याबद्दलही दुमत नाही. या दृष्टीने देखील भारतीय इतिहासातील ही एक महत्त्वाची घटना मानली जाते. ब्राह्मणांची अवहेलना झाली, क्षत्रियांच्या हातातील राज्यसत्ता गेली आणि ती क्षुद्रांच्या हाती आली आणि त्यांनी तिचे साम्राज्य बनविले !

महापद्मनंदाविषयी अनेक आख्यायिका आहेत. महावंश ग्रंथात याला हा एका दरोडेखोरांच्या टोळीचा नायक होता असे म्हटले आहे. याने अनेक राज्यात लुटालूट केली व काही राज्येही जिंकली आणि अखेरीस तो मगधासारख्या एका प्रबल देशाचा राजा बनला. महावंश ग्रंथात याला उग्रसेन या नावाने संबोधिले आहे. पुराणांनी याला दुसरा परशुराम म्हणून गौरविले आहे. कारण क्षत्रियांच्या राजकीय वर्चस्वाची पुरातन परंपरा याने खंडित केली. याने, कोणी म्हणतात की, ८८ वर्षे राज्य केले तर कोणाच्या मते २८ वर्षे राज्य केले.

याच्या पश्चात त्याच्या नंदवंशात आठ राजे झाले, म्हणजे महापद्मासह नऊ नंद राजांनी राज्य केले. हे 'नव नंद' म्हणून प्रसिद्ध आहेत. उग्रसेन, षंडूक,पंडुगीत, भूतपाल, राष्ट्रपाल, गोविषाणक, दशसिद्धक, कैवर्त आणि धन अशी त्यांची नावे होती. महापद्मानंदाविषयी जेवढी माहिती उपलब्ध आहे. तेवढी पुढील सात नंद राजांच्या विषयी आढळत नाही. अखेरच्या धननंदाविषयी काही माहिती उपलब्ध आहे.

धननंद

सिकंदराची जेव्हा स्वारी झाली, त्या वेळी धननंदाचीच कारकिर्द सुरू होती. ग्रीक इतिहासकारांनी धननंदाच्या विशाल साम्राज्याचे व प्रचंड सामर्थ्याचे वर्णन केले आहे. धननंद हे नाव देखील याला याच्या जवळच्या अलोट धनराशीवरूनच पडले होते. 'कथासरित्सागर' ग्रंथात याच्याजवळ ९९० कोटी 'सुवर्णमुद्रा' होत्या, असे म्हटले आहे. 'महावंश ' ग्रंथात उल्लेख आहे की याच्या धनलोलुपतेमुळे याला धननंद म्हटले जात असे. गंगानदीच्या तळामध्ये एका गुहेत याने ८० कोटी सुवर्णमुद्रांच्या साठा दडपून ठेवलेला होता. संपत्तीसाठी

याने कातडी, डिंक, दगड इत्यादी वस्तूंवरही कर बसविला होता

धननंदाची सत्ता पंजाबच्या सीमेपर्यंत होती. त्याच्या सेनादलात वीस सहस्त्र घोडेस्वार, दोन लाख पदाती, दोन सहस्त्र रथ व तीन सहस्त्र हत्ती होते. याच्या अफाट सामर्थ्याची भीती सिकंदराच्या सेनेलाही वाटली. व तिथे मगधावर स्वारी करण्यास सिकंदरालादेखील विरोध केला. त्यामुळे सिकंदराला पंजाबमधून परत फिरावे लागले. परंतु असे असले तरी, धनानंद हा लोकप्रिय राजा नव्हता. त्याने जे कर बसवले होते त्यामुळे आणि तो क्षुद्र कुलातील होता. म्हणून देखील प्रजेच्या मनात त्याला स्थान नव्हते, त्यामुळे पुढे जेव्हा चंद्रगुप्त मौर्य या पराक्रमी राजाने मगधावर स्वारी केली तेव्हा नंदाच्या प्रजेने चंद्रगुप्ताला साथ दिली आणि त्याचे स्वागत केले.

चाणक्य

या पुढील मगधाचा राजकीय इतिहास मोठा नाट्यपूर्ण आहे. त्या काळी तक्षशिला नगरीत चाणक्य या नावाचा एक महापंडित तेथील विद्यापीठात आचार्य होता. आचार्य चाणक्य हा महाज्ञानी तर होताच, पण तेवढाच मुत्सद्दी आणि राजकारणपटूही होता. याने तक्षशिलेत विद्यादान केलेच, पण भारतात अपूर्व अशी राज्यक्रांतीही घडवून आणली. सिकंदराच्या स्वारीच्या वेळी झालेली भारतीय प्रस्थापित होऊ लागलेली परकीय सत्ता उखडून टाकावयाची असेल तर एका प्रबल राजसत्तेची आवश्यकता आहे ; हे त्याने हेरले होते. आणि म्हणूनच त्या काळी बलिष्ठ असलेल्या नंद साम्राज्यच्या राजधानीत म्हणजे पाटलीपुत्राला तो आला होता. काही कारणांवरून धनानंदाने त्याचा भरदरबारात अपमान केला. तेव्हा चाणक्याने तेथेच आपली शिखा सोडून, नंदवंशाचे निखंदन करीन तेव्हाच स्वस्थ बसेन, अशी प्रतिज्ञा केली.

आचार्य चाणक्याची आणि चंद्रगुप्त मौर्याची मोठ्या योगायोगाने गाठ पडली. या संबंधीची अशी आख्यायिका सांगतात की, आपल्या प्रतिज्ञेच्या पूर्तीसाठी चाणक्य हिंडत असता एका रानात त्याला काही गुराख्यांची मुले खेळत असताना दिसली. त्यातील एक तरतरीत आणि देखणा मुलगा राजा बनला होता. तो खडकाच्या सिंहासनावर बसून न्यायदानाचे काम करीत होता. चाणक्याने एका झाडाच्या आडून त्या मुलांचा हा खेळ पाहिला. आणि राजा बनवलेला तो मुलगा आपल्या प्रतिज्ञेसाठी यथायोग्य आहे, अशी त्याची खात्री पटली. चाणक्याने या मुलाला याच्या आईबापांना भेटून आपल्या ताब्यात घेतले आणि त्याला राजा बनवण्यासाठी आवश्यक अशा राजनीतीचे, मुत्सद्दीपणाचे

आणि युद्धाचे शिक्षण देण्यास सुरुवात केली. जात्याच हुशार असलेला हा मुलगा आचार्य चाणक्यांच्या तालमीत थोड्याच अवधीत तरबेज झाला. या तरुणाचे नाव होते. चंद्रगुप्त मौर्य !

चंद्रगुप्ताला आपल्या कल्पनेतील राजा बनविण्याच्या दृष्टीने चाणक्याने अनेक प्रकारांनी प्रयत्न केले. त्याच्यासाठी त्यांनी एक महान ग्रंथ देखील लिहिला. त्या ग्रंथाचे नाव आहे. 'अर्थशास्त्र' 'कौटिलीय अर्थशास्त्र' म्हणून हा ग्रंथ विख्यात आहे. हा ग्रंथ म्हणजे भारतीय राजनीतीचा आदर्श असून, जगातील प्राचीन राजनैतिक साहित्यात तो अपूर्व गणला जातो. याचे नाव जरी अर्थशास्त्र असले तरी चाणक्याच्या अर्थशास्त्रात विपुल विषयांवर सांगोपांग चर्चा केलेली आहे. त्यांत पंधरा प्रकरणे असून राज्यव्यवहारविषयक असे १८० विषय विशद केलेले आहेत.

चंद्रगुप्त

चाणक्याने चंद्रगुप्ताला शिक्षण देतानाच त्याच्यासाठी सेना जमविण्यासही सुरुवात केली होती. अशा प्रकारे सर्व सिद्धता झाल्यावर योग्य संधीची वाट पाहून चाणक्याच्या सल्ल्याने चंद्रगुप्ताने पाटलीपुत्रावर स्वारी करून मगधाचे साम्राज्य जिंकले. नंद वंशाचा उच्छेद करून चंद्रगुप्त सम्राट बनला. मगधाच्या गादीवर मौर्य राजवंश आला. चंद्रगुप्ताने आसपासची लहानमोठी राज्ये जिंकून घेतली. आणि ग्रीकांची येथे स्थिर होऊ पाहणारी सत्ता देखील त्याने उखडून टाकली. सिकंदराचा सेनापती सेल्युकस याचा चंद्रगुप्ताने पराभव केला. दोघांमधे तह झाला. हा तह दृढ करण्यासाठी व राजकीय स्नेह टिकवण्यासाठी सेक्युलसने आपल्या ताब्यातील बराचसा मुलूख तर चंद्रगुप्ताला दिलाच पण आपल्या मुलीचा विवाह देखील चंद्रगुप्ताशी लावून दिला. अशा रीतीने भारतीय व ग्रीक या तत्कालीन दोन प्रमुख संस्कृतीचे हे मीलनच घडले होते.

चंद्रगुप्ताने कलिंग खेरीज सर्व उत्तर भारत जिंकून घेतलेला होता. पश्चिम भारतात गुजरात- काठेवाडपर्यंत त्याची सत्ता पोहोचलेली होती. पूर्वेला बंगालपर्यंत त्याचे साम्राज्य पसरले होते. दक्षिणेतही काही भागावर त्याचे साम्राज्य होते.

चंद्रगुप्त मौर्याने चौतीस वर्षे राज्य केले. स. न. पूर्व २९६ मध्ये त्याचे निधन झाले. आयुष्याच्या अखेरीस त्याने जैन धर्म स्वीकारला आणि जैनमुनी भद्रबाहू याच्याबरोबर तो दक्षिणेत गेला. तिथे श्रवणबेळगोळ येथे अनशन करुन त्याने शरीरत्याग केला. अशी आख्यायिका आहे.

चंद्रगुप्ताच्या पश्चात त्याचा पुत्र बिंदुसार हा मगध-सम्राट बनला. याने

आपल्या पित्याने कमावलेले साम्राज्य दक्षिणेत वाढवले आणि समर्थपणे सांभाळले. याने सुमारे २५ वर्ष राज्य केले.

सम्राट अशोक

बिंदुसार राजानंतर मगधाच्या सिंहासनावर त्याचा मुलगा अशोक हा गादीवर आला. भारतीय इतिहासात गाजलेल्या सम्राटापैकी अशोक हा एक प्रमुख आहे. सम्राट अशोक हा शूर पराक्रमी, चतुर, राजकारणी व महत्त्वाकांक्षी होता. त्याने मौर्य साम्राज्याचा विस्तार केला. गृहकलह मोडून काढला आणि चंद्रगुप्तानेही ज्या कलिंगाला हात लावला नव्हता. त्या कलिंगावर इ.स.पू. २६२ मध्ये स्वारी केली. कलिंग राजा स्वाभिमानी आणि शूर होता. त्याच्या पदरी

चतुरंग सेना सिद्ध होती. त्याची प्रजाही निष्ठावंत होती. अशा या प्रबल राज्यावर अशोकाने लालसेने धाड घातली. कलिंगाने मोठ्या धैर्याने त्याला टक्कर दिली. परंतु अखेरीस त्याचे सामर्थ्य कमी पडले व अशोकाचा विजय झाला. या विजयाने मोठा प्रदेश अशोकाच्या साम्राज्याला जोडला गेला. हे कलिंग युद्ध महाघोर झाले. 'या युद्धात एक लक्ष कलिंगवीर धारातीर्थी पडले. दीड लक्ष अशोकाचे कैदी झाले आणि युद्धजन्य रोगराईने लक्षावधी माणसे मृत्युमुखी

पडली.' असे अशोकाच्या चौदाव्या शिलालेखात नमूद केलेले आहे. अशा ह्या घनघोर युद्धात याच प्रमाणात अशोकाच्या सैन्याचीही कमीअधिक हानी झाली असली पाहिजे. अशोकाला विजय मिळाला. परंतु या भयंकर मानवसंहाराने त्याला पश्चात्ताप झाला. मिळालेले यश हे अपयशाहूनही भयंकर आहे असे मला वाटते. याला उपरती झाली आणि युद्धाबद्दलच तिटकारा उत्पन्न झाला. 'यापुढे आपण युद्धासाठी हाती शस्त्र धरणार नाही.' अशी त्याने प्रतिज्ञाच केली. त्याने स्वतःला झालेले दुःख आणि पश्चात्ताप आपल्या एका शिलालेखात कोरून ठेवला आहे.

त्या नंतरच्या काळात सम्राट अशोकाने बौद्ध धर्म स्वीकारला आणि त्याचा प्रसार केवळ भारतातच नव्हे तर परदेशातही केला. परदेशात बौद्ध धर्माच्या प्रसारासाठी त्याने काही बुद्ध भिक्षूंना धाडले होते. तिसरी बौद्ध सांगीती पाटलीपुत्र येथे भरवली होती. या पुढे 'देवांना प्रिय अशोक' या नावानेच विख्यात झाला. याने भारतात अनेक ठिकाणी शिलालेख खोदले असून ते अशोकाचे शिलालेख म्हणून प्रसिद्ध आहेत.

शुंगवंश

सम्राट अशोकानंतर मगधाच्या गादीवर त्याचा पुत्र कुणाल आला. याने सुमारे ८ वर्षे राज्य केले. त्या नंतर दशरथ, संपत्ती आणि बृहद्रथ हे राजे झाले. परंतु अशोकानंतरचे हे राजे हे पराक्रमहीन, निस्तेज असे निपजले. त्यामुळे मौर्य साम्राज्याचे पतन झाले. हळूहळू मौर्य साम्राज्यातील एकेका भागाने अलग होऊन आपले स्वतंत्र राज्य स्थापन केले. एकमेकांत सत्तास्पर्धा सुरू झाली. या अराजकाचा फायदा घेऊन मौर्य वंशातील अखेरचा राजा बृहद्रथ याचा सेनापती पुश्शमित्र याने वध केला आणि मगधाचे राज्य बळकावले. पुश्शमित्रापासून मगधावर शुंग वंशाची राजवट सुरू झाली. याच्या कारकीर्दीत यवनांचे आक्रमण झाले. पण त्याच प्रतिकार पुश्शमित्राने केला. पुश्शमित्राने इ. स. पू १८७ ते १५१ अशी ३६ वर्षे राज्य केले दक्षिणेत नर्मदेपर्यंत याचे साम्राज्य पसरलेले होते. मगधाच्या आसपासचे देश शुंग साम्राज्यात सामाविष्ट झाले होते. पाटलीपुत्र हीच याची राजधानी ठेवली होती.

पुश्शमित्रानंतर त्याचा मुलगा अग्निमित्र हा राजा झाला. हा अग्निमित्रच कालिदासाच्या 'मालविकाग्निमित्रम' या नाटकाचा नायक आहे. याच्या कारकिर्दीत विशेष असे काही घडले नाही. ह्याच्यानंतर ह्यांचा भाऊ सुजेष्ठ, बसुमित्र, ओद्रक भागभद्र आणि देवभूमी हे राजे झाले. शुंगवंशातील अखेरचा राजा देवभूमी याचा

त्याचाच मंत्री वसुदेव कण्व याने वध केला आणि मगधाची सत्ता हाती घेतली.

वसुदेव कण्व या राजापासून मगधावर कण्व वंशाची अथवा कण्वायन यांची आणि राजवट सुरू झाली. या वंशात वसुदेव, भूमिमित्र नारायण आणि सुशर्णमन हे राजे झाले. इ. स. पू. ७५ ते ३० या काळात यांनी राज्य केले. त्यानंतर आंध्र सातवाहन या वंशाने कण्वांच्या हातून सत्ता घेतली.

गुप्तकाल

मधल्या सुमारे पाच-सहाशे वर्षांच्या काळात अनेक राजकीय घडामोडी झाल्या, परंतु राजकीय दृष्ट्या मगधाला काही महत्त्व उरले नव्हते. पुढे तिसऱ्या शतकाच्या अखेरीस गुप्तवंशाची राजवट मगधावर आली. या वंशातील तिसरा राजा चंद्रगुप्त - प्रथम हा मोठा पराक्रमी होता. याने 'महाराजाधिराज' अशी पदवी धारण करून पाटलीपुत्र येथे पुनश्च मगध साम्राज्याची उभारणी केली. यानेच आपल्या राज्याभिषेकाच्या तिथिपासून 'गुप्तसंवत' नावाचा नवीन शक सुरू केला. ३२८ मध्ये याचा मृत्यू झाला. याच्यानंतर समुद्रगुप्त हा मगधाच्या राजसिंहासनावर आला. हा एक महान योग्यतेचा राजकुशल आणि पराक्रमी असा राजा होता. याने तत्कालीन लहानमोठ्या राजांशी लढून सारा उत्तर भारत आपल्या सत्तेखाली आणला होता. एकाच वेळी तो अनेक आघाड्यांवर लढला आणि भारतवर्षाचा एकछत्री सम्राट बनला. याच्या शौर्यामुळे याला भारताचा नेपोलियन असे म्हटले जाते. याने उत्तर आणि दक्षिण दिग्विजय संपादन केले, त्यामुळे त्याची कीर्ती देशात आणि देशाबाहेरही पसरली होती. हा जसा शूर होता तसाच न्यायी, विद्या आणि कलांचा भोक्ता होता. हा स्वत: संगीत कलेत अत्यंत निपुण होता आणि संस्कृतमध्ये याने उत्कृष्ट अशी काव्यरचनाही केलेली आहे. वीणाधारी समुद्रगुप्ताचे चित्र असलेली काही नाणी उपलब्ध आहेत. त्यावरूनही त्याच्या रसिकतेची साक्ष पटते.

समुद्रगुप्ताच्या पश्चात त्याचा पुत्र चंद्रगुप्त विक्रमादित्य हा राजा झाला. याने आपल्या पराक्रमाने आपल्या साम्राज्याची वाढ केली. एक पराक्रमी आणि न्यायी सम्राट म्हणून त्यानेही कीर्ती मिळविली. गुप्तकलाला भारतातील सुवर्णयुग असे म्हटले जाते.

चंद्रगुप्त विक्रमादित्यानंतर कुमारगुप्त, स्कंदगुप्त, कुमारगुप्त-द्वितीय, बुद्धगुप्त, नरसिंहगुप्त, बालादित्य, वैन्यगुप्त इत्यादी राजे झाले. स्कंदगुप्तानंतर झालेले गुप्त राजे पराक्रमहीन निपजले. त्यामुळे हळूहळू गुप्तसाम्राज्य अस्तास गेले. गुप्त राजांची सत्ता दुबळी झाल्यानंतर बिहारमध्ये पाटलीपुत्र येथे गुप्तवंशाचे राज्य

आणि गयेच्या आसमंतात मौखरी वंशाचे राज्य अशी दोन राज्ये अस्तित्वात आली होती. इ. स. ५८० च्या सुमारास मौखरी राजा शर्ववर्मा याने महासेन गुप्ताचा पराभव करून मगधाचे राज्य जिंकले होते. परंतु इ. स. ६०० च्या सुमारास गौडांधिपती शशांक याने मौखरीचा पराभव करून मगधाची सत्ता हाती घेतली. शशांक राजाच्या मृत्यूनंतर मौखरी वंशातील पूर्ववर्मा याने परत मगध जिंकून घेतले. त्याच्यानंतर मगधावर हर्षवर्धनाची सत्ता स्थापन झाली आणि त्याने गुप्त वंशातील माधवगुप्त याला आपला सामंत म्हणून मगधाचे राज्य दिले.

हर्षवर्धनाच्या मृत्यूनंतर पुनश्च गुप्तराजांनी मगधावर आपली सत्ता प्रस्थापित केली. त्यांनी आपल्या राज्याचा बराच विस्तारही केला. पण ७२५ च्या सुमारास कनौजचा राजा यशोवर्मा याने गुप्तराजाचा पराभव करून मगध जिंकला. परंतु त्याची सत्ता तिथे स्थिर झाली नाही. बिहार व बंगाल या दोन्ही प्रदेशात अराजक माजले. कलांतराने बंगालमध्ये पाल वंशाचे राज्य सुरू झाले आणि बिहारवरही पाल राजवट सत्ता गाजवू लागली. प्रतिहार, कलचुरी इत्यादी राजांनी मध्यंतरी काही वर्षे बिहारचा काही भाग जिंकला होता परंतु पाल राजाने तो परत घेतला. अशा प्रकारे ११ व्या शतकाच्या अखेरपर्यंत बिहारवर पाल राजवट नांदली. १२ व्या शतकाच्या पूर्वार्धात गाहडवालांनी दक्षिण बिहारचा भाग जिंकून घेतला. बंगालमधल्या सेन राजांनीही पालांना हुसकावून बिहारवर आपली सत्ता प्रस्थापित केली.

मुसलमानी अंमल

इ. स. १२०० च्या सुमारास मुसलमानांच्या धाडी बिहारवर येऊ लागल्या. बक्तीयार खिलजीने बिहारमधील अनेक ठिकाणे जिंकली होती. विक्रमशिला नगरी उदध्वस्त करून टाकली. बिहारशरीफ येथे छावणी टाकून मुसलमानी फौजा मगध राज्यात धुमाकूळ घालू लागल्या. १३ व्या शतकापर्यंत मगधावर छिंड वंशाचे राज्य होते. मुसलमानी फौजा उत्तर बिहारमधील तिरधुतवर स्वाऱ्या करीत होत्या. परंतु तिथे कर्नाटक वंशाचे स्वतंत्र राज्य १३ व्या शतकाच्या अखेरपर्यंत चालू होते. त्यानंतरच्या २०० वर्षात बिहारमध्ये कधी बंगालच्या सुभेदारांचे तर कधी दिल्लीच्या सुलतानांचे राज्य असे. तुघलक सुलतानांच्या कारकिर्दीत बिहारवर दिल्लीची सत्ता प्रस्थापित झाली.

१३९४ मध्ये महमुद तुघलक याने मलिक सखर ख्वाजा जहान याला अवध आणि बिहार या प्रांतावर सुभेदार नेमले. पुढे याने स्वातंत्रपणे राज्यकारभार सुरू केला. पण १४८४ मध्ये बहलुल लोदीने शरर्की घराण्यातील नबाबाचा पराभव करून जौनपूर ही त्याची राजधानी जिंकली आणि तेथे मुबारकखान

नुहानी याची नेमणूक केली. तथापि बिहारमधील बराच प्रदेश शरकी राजवटीतच राहिला. पुढे १४९५ मध्ये बिहारचा हा भागही दिल्लीच्या सत्तेखाली आला. इब्राहीम लोदीच्या वेळी पूर्वेकडील अनेक अफगाण सरदारांनी एकत्र येऊन दिल्लीची सत्ता झुगारून दिली. मुबारकखानाचा मुलगा दर्याखान हा त्यांचा नेता होता. पुढे दर्याखानाचा मुलगा बहरखान याला सर्व अमीरांनी सुलतान महम्मद म्हणून गादीवर बसविले.

लोदी राजवटीनंतर दिल्लीवर मोगलांची सत्ता सुरू झाली. बिहारमधील अफगाण सरदारांनी मोगलांशी लढा सुरू केला. परंतु बाबराने त्यांचा पराभव करून नुहानी सुलतान महम्मद याचा अल्पवयनी मुलगा जलालउद्दीन याला बिहारचे राज्य दिले. या नुहानी सुलतानांचा एक सरदार फरीदखान हाच पुढे शेरखान म्हणून प्रसिद्ध पावला आणि त्याने मोगलांचा पराभव करून प्रथम बिहार व बंगाल हे प्रदेश जिंकले. शेवटी दिल्लीही काबीज केली. शेरशहा व त्याचा सूरवंश दिल्ली येथे राज्य करीत असता बिहारमध्ये शांतता व स्थैर्य नांदले. त्यानंतर पुन्हा मोगलांचा अंमल सुरू झाला.

मोगल बादशहा अकबर यांच्या कारकिर्दीची पहिली काही वर्षे बिहारमध्ये स्थिर शासन प्रस्थापित करण्यात गेली. कालांतराने बिहार हा मोगल साम्राज्यातील एक महत्त्वाचा दुवा बनला. बादशहाच्या हुकमाप्रमाणे अनेक सुभेदार तिथे राज्य कारभार करून गेले. मधून मधून बंडाळ्या उद्‌भवत असत, परंतु सर्व प्रदेशांवर मोगली सत्ता होती.

औरंगजेबाच्या कारकिर्दीपर्यंत मोगलांचा दबदबा टिकून होता. त्यानंतर मोगल बादशहा दुर्बल निपजल्यामुळे बिहारमध्ये अराजक माजले.

इंग्रजी सत्ता

प्लासीच्या लढाईनंतर बंगाल ब्रिटिशांच्या हाती पडला आणि त्या पाठोपाठ बिहारवरही इंग्रजी सत्ता वर्चस्व गाजवू लागली. १७६५ मध्ये बादशहा शाह आलम याने ईस्ट इंडिया कंपनीला बंगाल, बिहार व ओडिसा या प्रदेशांची दिवाळी बहाल केली. बंगालच्या नबाब या तिन्ही प्रदेशांचा कारभार पहात होता. पण तो नामधारीच होता. त्या दुहेरी कारभारामुळे आणि ब्रिटिश अधिकाऱ्यांच्या जुलमामुळे प्रजेची दुर्दशा झाली. मराठ्यांनीही त्या प्रदेशावर स्वाऱ्या करून खूप लुटालूट केली. १७७० मध्ये बिहारात मोठा दुष्काळ पडल्याने लोकांची फारच दैना झाली. पुढे १९७२ साली वॉरन हेस्टलिंज बंगालच्या गव्हर्नर झाला आणि त्याने कंपनीच्या कारभारात पुष्कळ सुधारणा करून बिहारवर ब्रिटिशांची सत्ता

दृढ केली. बिहारमधील पहाडी प्रदेशात आदिवासींच्या, त्याचप्रमाणे सशस्त्र गोसाव्यांच्या टोळ्या सर्वत्र धुमाकूळ घालत होत्या. इंग्रजांच्या सैन्याने त्यांचा बंदोबस्त केला. बिहारच्या काही भागात काही सरदार आणि राजे डोंगराळ प्रदेशात ठाण मांडून ब्रिटिश सत्तेशी लढत होते. इंग्रजांनी त्यांतील काही जणांचा पराभव केला. तर काही जणांशी सलोखा करून त्यांच्या राज्यात शिरकाव करून घेतला. कालांतराने इंग्रजांच्या कुटील कारस्थानाने त्यांनी हळूहळू ते प्रदेशही घशात घातले. वेळोवेळी झालेली भुंड, हो, कोल, संथाळ इत्यादी आदिवासी जमातींची बंडे इंग्रजांनी सैन्याच्या बळावर मोडून काढली.

स्वातंत्र्य संग्राम

१८५७ च्या स्वातंत्र्य संग्रामात बिहारमध्ये देखील मोठे उठाव झाले होते. पाटणा शहरात तीन मौलवी उठावाची तयार करीत होते. ३ जुलै १८५७ रोजी पीरअली या क्रांतिकारकाने २०० बंडवाल्यांसह चर्चवर हल्ला चढवला. त्याला थोपवून धरण्यासाठी लायल नावाचा इंग्रज अधिकारी पुढे आला, पण पीरअलीच्या गोळीला तो बळी पडला. पुढे निकराच्या हल्ल्यात पीरअली इंग्रजांच्या ताब्यात सापडला. पीरअली हा पुस्तक विक्रेता होता. पाटण्यात त्याचे दुकान होते. पुस्तके वाचून वाचून देशभक्तीची ज्योत त्याच्या अंतःकरणात प्रज्वलित झाली होती. त्याने बंडवाल्यांशी संधान बांधले होते. इंग्रजांच्या हाती पडल्यावर याला राजद्रोही ठरविण्यात येऊन फाशीची शिक्षा ठोठावली. त्याने आपल्या साथीदारांची नावे सांगावीत म्हणून त्याला पुष्कळ छळले आणि नावे सांगितलीस तर फाशी टळेल असेही आमिष दाखविले. पण पीरअली वधला नाही. फासापुढे उभे राहून तो म्हणाला, "मला खुशाल फासावर चढवा. आज मला फासावर चढवाल, उद्या आणखी इतरांना चढवाल; पण लक्षात ठेवा की, आमचे ध्येय कदापिही तुम्ही फासावर चढवू शकणार नाही. मी मरून जाईन, पण माझ्या रक्तातून लक्षावधी क्रांतिकारक निर्माण होतील आणि एक ना एक दिवस तुमची येथली सत्ता नष्ट करतील."

शहाबाद जिल्ह्यातील जगदीशपूरचा जहागिरदार कुंवरसिंह हा ८० वर्षाचा वृद्ध इंग्रजी सत्तेच्या विरुद्ध लढण्याला सिद्ध झाला. क्रांतिवीरांचा तो नेता बनला इंग्रजी सैन्याशी त्यांच्या चकमकी झडू लागल्या. कुंवरसिंह इंग्रजांच्या हाती सापडेना तेव्हा कुंवरसिंहाला जिवंत पकडून अथवा त्याचे शिर कापून आणणाऱ्यास ५० हजारांचे इनाम इंग्रजांनी जाहीर केले.

कुंवरसिंह आपल्या शूर साथीदारांच्यासह ससरामच्या पहाडात गेला आणि

बाबू कुंवरसिंह

तिथूनही त्याने बिहारच्या अन्य भागातून क्रांतीचा उठाव करण्याचा प्रयत्न केला. अखेरीस हा वीर पुरुष १८५८ रोजी जगदीशपूरच्या भग्नगढीत देवलोकी गेला. त्याच्या माघारी त्याचा भाऊ अमरसिंह याने काही काळ इंग्रजी सत्तेशी झुंज घेतली. जगदीशपूरच्या गढीत राहणाऱ्या राजपूत ललनांनी तोफेच्या पुढे उभे राहून जोहार केला.

वहाबी नावाच्या मुस्लीम पंथाने देखील बिहारमध्ये इंग्रजांच्या विरुद्ध उठाव केला होता. १९ व्या शतकाच्या अखेरीस बिहारमधील आदिवासी लोकांनी ब्रिटिश सत्तेशी पुन्हा लढा सुरू केला. मुंड जमातीतला एक शूर तरुण त्यांचा नेता होता. जमीनदारांच्या जुलमाला वैतागलेले असंख्य आदिवासी त्याच्या पाठीशी गोळा झाले होते. त्याचे नाव होते बीर्सा. परंतु त्याला तो धार्मिक प्रवृत्तीचा असल्यामुळे बीर्सा भगवान असे म्हणत. याने चार पाच वर्षे ब्रिटिशांना सळो की पळो करून सोडले. पण शेवटी फंदफितुरीमुळे बीर्सा भगवान शत्रूच्या हाती सापडला आणि कैदेत असताना १९०० साली मृत्यू पावला.

स्वातंत्र्याच्या लढ्यात बिहारने प्रथमपासूनच हिरिरीने भाग घेतला होता. महात्मा गांधी दक्षिण आफ्रिकेतून हिंदुस्थानात परत आल्यानंतर बिहारमधील

बीर्सा भगवान

चंपारण जिल्ह्यातील निळीच्या मळ्यात काम करणाऱ्या मजुरांचा प्रश्न त्यांनी हाती घेतला. हे निळीचे मळे इंग्रजांच्या ताब्यात होते. आणि तेथील इंग्रज व्यापारी मळ्यात काम करणाऱ्या हिंदी मजुरांना नानाप्रकारे छळीत असत. त्यामुळे मजुरात असंतोष निर्माण झाला होता. गांधीजींनी आपले अभिनव सत्याग्रहाचे शस्त्र हिंदुस्थानात प्रथम येथे वापरले आणि त्यात ते यशस्वीही ठरले. त्यामुळे स्वातंत्र्याच्या लढ्यात चंपारणला विशेष महत्त्व प्राप्त झाले. पुढे ज्या ज्या वेळी गांधीजींनी स्वातंत्र्यासाठी लढे दिले त्या त्या सर्व लढ्यात बिहारने आपले आदरणीय नेते डॉ. राजेंद्र प्रसाद यांच्या नेतृत्वाखाली मोठ्या बहादुरीने भाग घेतला. डॉ. राजेंद्र प्रसाद ही बिहारने भारताला दिलेली बहुमोल अशी देणगीच होय! राजेंद्र प्रसाद हे अत्यंत हुशार, कर्तव्यदक्ष आणि तितकेच शालीन व सौजन्यशील प्रकृतीचे नेते होते. गांधीजींच्या कल्पनेतील आदर्श सत्याग्रही राजेंद्र प्रसादांच्या रूपाने साकार झालेला होता. त्यांनी अनेक वेळा देहदंड सोसला आणि बिहारी जनतेची व भारताची सेवा केली. त्यांनी स्वातंत्र्याच्या लढ्यात कॉंग्रेसचे अध्यक्षपद जसे भूषविले होते, तसेच भारताच्या 'घटना समिती' चे देखील ते अध्यक्ष होते. स्वातंत्र्यानंतर २६ जानेवारी १९५० रोजी भारताच्या नव्या घटनेनुसार भारत प्रजासत्ताक बनला आणि स्वतंत्र भारताचे पहिले राष्ट्रपती डॉ. राजेंद्र प्रसाद झाले. हा सर्वोच्च मान त्यांना अंगच्या अलौकिक गुणांमुळे मिळाला होता. १० मे १९६२ पर्यंत ते भारताचे राष्ट्रपती होते. १३ मे १९६२ रोजी भारताचे दुसरे राष्ट्रपती डॉ. राधाकृष्णन यांनी त्यांना 'भारत रत्न' ही सर्वश्रेष्ठ पदवी देऊन गौरव केला !

पाटणा येथे २८ फेब्रुवारी १९६३ रोजी राजेंद्रबाबूंनी या जगाचा निरोप घेतला.

स्वातंत्र्याच्या लढ्यात बिहारमध्ये उदयाला आलेले असेच दुसरे अलौकिक व्यक्तिमत्त्व म्हणजे श्रद्धेय जयप्रकाश नारायण. अत्यंत गरिबीत आणि हालअपेष्टांत

जयप्रकाशांनी बिहारमध्ये आणि अमेरिकेत जाऊन शिक्षण घेतले. तरुणपणीच स्वातंत्र्याच्या लढ्यात त्यांनी उडी घेतली आणि मोठ्या साहसाने ब्रिटिश सत्तेशी झुंज दिली. जयप्रकाश हे जसे साहसी आणि तडफदार राष्ट्रभक्त होते, तसेच ते नव्या समाजवादी विचारसरणीचे पुरस्कर्तेही होते. त्यांनी १९३४ साली, 'काँग्रेस समाजवादी पक्षा'ची स्थापना केली होती आणि भारतीय राजकारणात समाजवादी विचारसरणीचा प्रवाह आणून सोडला होता. देशभरचे अनेक तरूण समाजवादाच्या मंत्राने भारून जाऊन जयप्रकाशांच्या नेतृत्वाखाली या पक्षात गोवा झाले होते. याच तरुणांनी १९४२ सालच्या 'चलेजाव' आंदोलनात भूमिगत राहून ब्रिटिशसत्ता खिळखिळी करण्याचे महत्त्वपूर्ण काम केले. या वेळी स्वत: जयप्रकाश हे हजारीबागचा तुरुंग फोडून मोठ्या हिमतीने बाहेर आले होते आणि भूमिगत राहून चळवळीचे नेतृत्व करीत होते. स्वातंत्र्यानंतर जयप्रकाशांनी काही काळ भारतातील समजावादी आंदोलनाचे नेतृत्व केले आणि नंतर ते विनोबांच्या सर्वोदय आंदोलनात सामील झाले. अलीकडे देशातील भ्रष्टाचाराविरुद्ध त्यांनी तरुणांना संघटित करून नवीन लढ्याची हाक दिली होती.

या शिवाय बिहारच्या स्वातंत्र्यलढ्यात मजरूलहक, श्रीकृष्णसिंह, अनुग्रहनारायण सिंह, इत्यादी अनेक नेत्यांनी नाना प्रकारचे कष्ट सोसून जनजागृतीचे कार्य केले.

स्वातंत्र्यांतर बिहारमधील देशी संस्थानांचे बिहार प्रदेशात विलिनीकरण करण्यात आले. पुढे भाषाणावर प्रांत रचनेच्या वेळी मानभूम जिल्हा आणि पूर्णिया, संथालपरगणा व सिंगभूम या जिल्ह्यांचा काही भाग एवढा प्रदेश पश्चिम बंगालमध्ये समाविष्ट करण्यात आला आणि १ नोव्हेंबर १९५६ रोजी १७ जिल्ह्यांचे बिहार राज्य अस्तित्वात आले.

★★★

३. लोक आणि लोकाचार

बिहारी माणूस हा अतिशय कष्टाळू आणि प्रामाणिक असतो. तो तसा भोळाभाबडा, कर्मठ आणि सोशिक आहे. परंतु त्याची देशभक्ती आणि कुटुंबभावना प्रखर असते. एकमेकांना साहाय्य करण्यात, एकमेकांचे दुःख दूर करण्यात त्याचप्रमाणे एकमेकांच्या आनंदाच्या प्रसंगी, कार्याच्या प्रसंगी झटण्यात बिहारी माणूस कधी दूर राहात नाही. एरवी आपल्या घरात किंवा कुटुंबात जातपात मानील, धर्मकर्म पाळील, परंतु गावकीत अथवा समाजात तो गावचा होऊन राहील. बिहारमध्ये मुसलमान लोकांची वस्ती बरीच आहे. गावोगाव हे लोक आहेत. परंतु हिंदू आणि मुसलमान हे आज शेकडो वर्षे गुण्यागोविंदाने नांदत आलेले आहेत. विशेषतः बिहारच्या ग्रामीण भागात हे सहकारी जीवन अधिक दृष्टीस पडते. तथापि अस्पृश्यतेची भावनाही बिहारमध्ये तेवढीच कट्टर दिसते. अलीकडे शिक्षणप्रसारामुळे आणि नव्या विचारांच्या प्रचारामुळे ह्याही परिस्थितीत बदल घडून येत आहे.

बिहारमध्ये ब्राह्मण, क्षत्रिय, वैश्य आणि शुद्र अशा चारी वर्णांचे लोक आहेत. त्यात जसे आर्य आहेत, तसेच द्रविडही आहेत. हरिजन आहेत, तसेच गिरिजनही आहेत. हिंदू, मुसलमान, जैन, बौद्ध, ख्रिश्चन इत्यादी विविध धर्मांचे लोक येथे राहतात.

वैदिक संस्कृतीचा प्रसार होण्यापूर्वी बिहारच्या प्राचीन भूमीवर असुर लोक वसलेले होते आणि गयासूर व बलिराजा यांची राज्ये याच प्रदेशात होती असे म्हणतात. हे असुर लोक मुख्यतः शिवपूजक होते. काही अनार्यलोक नागपूजकही होते. त्याकाळी राजगृह हे नागपूजेचे मोठे केंद्र होते. चैत्य व वृक्ष यांची पूजाही त्याकाळी प्रचलित होती. निरनिराळ्या वृक्षांवर अतिमानवी शक्ती किंवा मृतात्मे वास करतात. ते पूजेमुळे प्रसन्न होतात. अशी त्या लोकांची श्रद्धा होती. चैत्य

म्हणजे यक्ष किंवा दैत्य यांच्या मृत देहावर रचलेले स्मारक. अशा चैत्यांना नवस बोलून ते पूर्ण करताना पशुबळी देण्याची प्रथा होती. यक्षपूजाही त्या काळी प्रचलित होती. कारण धन, आरोग्य, संतती इत्यादी सुखाची प्राप्ती यक्षांच्या साहाय्याने होऊ शकते अशी तिथल्या लोकांची श्रद्धा होती.

वैदिक यज्ञप्रधान संस्कृतीचा प्रसार विदेह माधव या राजाने प्रथम उत्तर बिहारमध्ये केला. सदानिरा नदीपर्यंत त्याने यज्ञाग्नि आणला होता, अशी आख्यायिका आहे. त्यानंतर दीर्घतमा ऋषीने ही वैदिक संस्कृती दक्षिण बिहारमधील मगध आणि अंग या प्रदेशापर्यंत पोहोचविली. मिथिलेचा राजा जनक याने अनेक यज्ञ केले, असा उल्लेख प्राचीन वाङ्मयात आढळतो. या यज्ञप्रसंगी ऋषीमुनींमध्ये धर्म, तत्त्वज्ञान या विषयावर चर्चा होत असत. याज्ञवल्क्य, गौतम हे त्याच काळातले ऋषी मिथिलेचे रहिवासी होते. 'आर्य आणि अनार्य' या दोन्ही संस्कृतीचा संपर्क दीर्घकाळ झाल्यानंतर अनार्यांनी आर्यांचे यज्ञयाग स्वीकारले आणि आर्यांनी अनार्यांची काही दैवते स्वीकारली. त्यांच्याबरोबर आर्य लोक चैत्यपूजाही करू लागले. या वैदिक यज्ञयागातील कर्मकांडाचा फारच अतिरेक माजला. अशा वेळी त्याला विरोध करणारे जैन आणि बौद्ध हे दोन प्रमुख धर्म पंथ बिहारमध्येच उदयाला आले.

बुद्धाच्या पूर्वीच रूढ झालेली यक्षपूजा पुढे बौद्धांनीही स्वीकारली. आर्यांनी जी स्तूप पूजा स्वीकारली होती, ती बौद्ध संप्रदायाने पुढे स्वीकारली आणि बुद्धाच्या देहाच्या अवशेषांवर असंख्य स्तूप बांधले. बौद्ध लोकांनी अनार्यांची वृक्षपूजाही चालू ठेवली आणि तीच पुढे वैदिक धर्मीय लोकांतही मान्यता पावली. यक्ष पूजेप्रमाणे नागपूजाही बौद्ध आणि हिंदू लोकांनी स्वीकारली. मगधात मौर्य वंशाची सत्ता प्रस्थापित होण्यापूर्वी तिथे वैदिक धर्माचाच अधिक प्रसार होता. अग्नि, इंद्र, रुद्र, वरुण, सूर्य इत्यादी वैदिक देवतांप्रमाणे शिव, विष्णू, दुर्गा, लक्ष्मी, सरस्वती या देवतांचीही उपासना लोक करीत होते. हळूहळू भक्तिमार्ग रूढ झाला. वैष्णव जैन, शैव, बौद्ध या सर्वच पंथांनी भक्तिमार्ग स्वीकारला. पुढे सम्राट अशोकाने बौद्ध धर्माचा स्वीकार केल्यावर त्या धर्माला राजाश्रय लाभला आणि मौर्य काळात बौद्धधर्माचा सर्वत्र खूप प्रसार झाला. इतिहासाच्या वाटचालीत जशा राजवटी आल्या आणि त्या त्या राजांनी जसे धर्मपंथ स्वीकारले किंवा त्यांना आश्रय दिला, तसतसे ते धर्म कधी भरभराटीत आले तर कधी ओहोटीस लागले. गुप्त साम्राज्याच्या काळात बिहारमध्ये वैष्णव संप्रदायाचा बराच प्रसार झाला. हर्षवर्धनाच्या काळी बौद्ध धर्म उत्कर्षास पोहोचला. पालराजांच्या कारकिर्दीतही बौद्ध धर्माचा बराच प्रसार झाला.

सुरुवातीच्या काळात म्हणजे इ. स. १२००-१३०० मध्ये इस्लाम धर्म बिहारमध्ये त्याच्या राज्यकर्त्यांबरोबर आक्रमक बनून आला. त्या वेळी मुसलमानांना हिंदूची आणि बौद्धांची मंदिरे उदध्वस्त केली आणि त्या जागी आपल्या मशिदी उभारल्या. पुष्कळ हिंदूंना सक्तीने मुसलमान करण्यात आले. राज्यकर्ते असा बळजबरीने धर्मप्रचार करीत तर, सूफी साधू समोपचाराने, समजुतीने इस्लामचा प्रचार करीत.

बिहारमध्ये चातुर्वर्ण्य समाजपद्धती प्रचलित आहे. ब्राह्मण लोक पूर्वी पौरोहित्य, पूजाअर्चा, अध्ययन, अध्यापन आणि ज्योतिषकथन हे व्यवसाय प्रामुख्याने करीत असत. परंतु अलीकडे शेती, व्यापार, कारकुनी इत्यादी विविध व्यवसाय ते करू लागले आहेत. ब्राह्मणातही सारस्वत, कान्यकुब्ज, शाकद्वीपी, मैथिली इत्यादी पोटजाती आहेत. बभन नावाची एक प्रतिष्ठित जमात बिहारमध्ये आहे. त्याची नावे आणि गोत्रेही ब्राह्मणांप्रमाणेच आहेत. परंतु राय, सिंग, ठाकूर अशी काही नावे राजपुतांसारखी देखील आहेत. शेती हाच त्यांचा मुख्य व्यवसाय असून त्यांच्यातील बहुतेकजण जमीनदार आहेत. राजपूत हे क्षत्रिय असून त्यांचे प्रादेशिक पोटभेद बरेच आहेत. पूर्वी हे लढवय्ये होते, परंतु आता ह्यांच्यातील बहुतेकजण शेती, व्यापार किंवा नोकऱ्या करतात. खेतौरी, खतरी आणि भाट हे लोक स्वत:ला क्षत्रिय म्हणवून घेतात. वैश्य व्यापारात आघाडीवर आहेत. यांच्यात आग्रवाल, माहेश्र्वरी, पुरवार, षन्नवाल, राऊनी माल, रस्तोगी, माहुरी इत्यादी पोटजाती आहेत. कायस्थ लोक हे ब्राह्मणांप्रमाणे सुशिक्षित असून पूर्वीपासून लिहिण्याटिपण्याचे काम करतात. शूद्रांची संख्या सर्वांत जास्त असून हलवाई, बरूई, माळी, धानुक, कंडू, भडबुंजे, कोइरी, कुर्मी, कहार, ग्वाल, कुंभार, लोहार, सुतार, नापित, मल्ल, बलदाल, तंती, तेली, धोबी, मुशाहर, दोसाग, इत्यादी पुष्कळ पोटभेद त्यांच्यामध्ये आहेत.

बिहारी स्त्रिया आजवर इतर प्रदेशातील स्त्रियांप्रमाणेच मागासलेल्या अवस्थेत राहात होत्या. त्यांच्यात शिक्षणाचा अभाव होता. बालविवाह रूढ होते. सामाजिक जीवनात त्यांना स्थान नव्हते. काही जमातींमध्ये पडदापद्धती रूढ आहे. मुसलमान स्त्रिया तर गोषा घेतल्याखेरीज घराच्या बाहेर पडतच नाही. बिहारी हिंदू स्त्री साधीभोळी आणि देवधर्मात रमणारी आहे. दररोज पूजाअर्चा आणि रामायण, महाभारत, भागवत, सुखसागर इत्यादी धर्मग्रंथांचे वाचन त्या नित्यनेमाने करतात. माघ, वैशाख आणि कार्तिक या महिन्यात पुण्यप्राप्तीसाठी गंगास्नान करण्याची त्यांच्यात प्रथा आहे. चंद्रग्रहण, सूर्यग्रहण, मकर संक्रांत, कुंभमेळा इत्यादी

पर्वकाळी बिहारमधील अनेक स्त्रिया आपल्या टोळ्या बनवून काशी, प्रयाग, वृंदावन, अयोध्या इत्यादी तीर्थक्षेत्री गंगास्नानासाठी मुद्दाम जातात. बिहारी स्त्रियांमध्ये अंधविश्वासही भरपूर आहे. आपल्या कामनासिद्धीसाठी त्या देवदेवतांना नवस बोलतात आणि मनोकामना पूर्ण झाल्यावर ते नवस मोठ्या धूमधडाक्याने फेडतात. त्यांचा मंत्रतंत्रावरही बराच विश्वास आहे. देवी काढल्यावरही त्या नवव्या दिवशी शीतलामातेची पूजा करतात.

वेशभूषा

बिहारमधील लोकांची राहणी साधी आहे. ग्रामीण लोक धोतर, कुडता आणि खांद्यावर गमछा एवढेच कपडे वापरतात. शहरात राहणारे लोक मात्र शहरी पद्धतीचे सर्व कपडे वापरतात. बिहारच्या स्त्रियांचा पोशाख साडी आणि कुर्ती असा असतो. ग्रामीण स्त्रिया साडीचा पदर पुढच्या बाजूने सरळ ठेवतात आणि माथा झाकून घेतात. नवीन लग्न झालेल्या तरुणी घुंगट काढतात. ही प्रथा शहरांमधील अशिक्षित स्त्रियांमध्ये देखील रूढ आहे.

बिहारी स्त्रियांच्या वेशभूषेमध्ये दागदागिन्यांना देखील महत्त्व आहे. लग्नाच्यावेळी त्यांना सासरकडून आणि माहेराकडून दागिने मिळतात. विवाहाच्या वेळी साऱ्या शरीरावर त्या दागिने घालतात. किसान आणि मजूर वर्गातील स्त्रिया चांदीचे दागिने वापरतात. बिहारमधील सुहासिनी आपल्या भांगात सिंदूर भरल्याशिवाय राहात नाहीत. लग्नकार्य, तीज, छठ इत्यादी विशेष प्रसंगी त्या नाकाच्या अग्रभागापासून ते भांगापर्यंत सिंदूर लावतात. सुहासिनी सकाळी उठून स्नान केला व आधी भांगात सिंदूर भरून मगच जलपान अथवा भोजन करतात. एखदी सुहासिनी जेव्हा एखाद्याकडे सहज अथवा भेटायला म्हणून जाते तेव्हा चहा फराळाने तिचे स्वागत तर केले जातेच, परंतु त्या घरातील सुहासिनीने अथवा कुमारिकेने तिचा भांग भरणे महत्त्वाचे असते.

बिहारमधील मुस्लीम स्त्रिया देखील साडी आणि कुर्ता वापरतात, परंतु शहरी आणि खानदान घराण्यातील स्त्रियांना साडी आणि कुर्ती बरोबरच चुस्त पायजमा अथवा गरारा, कुडता आणि ओढणी अशी वेशभूषा करावी लागते. या जेव्हा घराबाहेर पडतात तेव्हा सगळे अंग बुरख्यात झाकून घेतात. डोळ्यासमोर फक्त जाळीची पट्टी शिवलेली असते. मुस्लीम स्त्रियांनाही दागिन्यांची बरीच हौस आहे.

खाणेपिणे

बिहार हा एक शेतीप्रधान प्रदेश आहे. तेथे तांदूळ अधिक पिकतात. त्यामुळे बिहारी लोकांचे भात हेच मुख्य अन्न आहे. भाताबरोबर डाळ आणि

भाजी असते. गव्हाची रोटीही ते खातात. पापड, आचार म्हणजे लोणचे, दही आणि चटणी हे पदार्थही त्यांच्या जेवणात असतात. जलेबी, लाडू, पेढा, बर्फी इत्यादी स्वादिष्ट पक्वान्ने सणावाराला आणि कार्याच्या वेळी बनवतात. आदिवासी लोक मांड-भात आणि शाकभाजी खातात. त्याच्यात मांसाहाराची प्रथाही आहे.

चालीरीती

चालीरीती, लोकाचार यांना परंपरा लाभलेली असते. बिहारमध्येही पारंपरिक लोकाचार आहेत.

मूल जन्मल्याबरोबर या चालीरीती सुरू होतात. पुत्रजन्माचा आनंद बिहारच्या स्त्रिया अत्यंत उत्साहाने साजरा करतात. पुत्रजन्माचा आनंद जेवढा मानला जातो तेवढा काही कन्याप्राप्तीचा मानला जात नाही. एका भोजपुरी लोकगीतामध्ये वर्णन आहे.

जइसन कासीमे सिब हवे नरलोक पूजेला रे ।
ओइसन पूजेले हमरो हरि जी, त बबुआ का जनल नु रे ।
साल ओढन डासन, मेवा फल भोजन रे ।
ए ललना चननके जरेला पँसगिया, निनरि भर आवेला रे ।

– काशीचे लोक ज्याप्रमाणे शिवाची पूजा करतात, त्याप्रमाणे मला पुत्र झाला म्हणजे माझे पती माझी पूजा करतात. शाल पांघरायला आणि अंथरायला सुद्धा मिळते. मिठाई, फळे खायला मिळतात. धुपाऱ्याला चंदन जाळतात. त्यामुळे शांत झोप मिळते.

परंतु जर कन्या झाली तर -

जइसन दहेमें के पुरइनि दहे बिचे काँपेले रे ।
ए ललना ओइसन काँपेले हमरो हरिजी, धिया कारे जनम नु रे ।
कुस ओढन कुस डासन, बन फल भोजन ।
ए ललना खुखुडी के जरेल पँसगिया, निनरियौ ना आवेला रे ।

– मुलीच्या जन्माच्या भयाने माझे पती तळ्यातील पान हलते तसे थरथरताहेत. मुलगी झाली तर अंथरापांघरायला गवत देतात. जंगली फळे खायला मिळतात. टाकाऊ लाकूड धुपाऱ्यासाठी असते, त्यामुळे झोपही धड लागत नाही.

मुलाचा जन्म झाल्या दिवसापासून 'छठी' म्हणजे सहाव्या दिवसापर्यंत

अथवा 'बरही' म्हणजे बाराव्या दिवसापर्यंत बाळबाळंतिणीला रोज स्नान घालून शुद्ध केले जाते आणि अशा प्रकारे शुद्ध होऊनच बाळाची आई 'छठी' म्हणजे षष्ठी पूजन करते. पुत्र जन्माची गीते रोज रात्री गातात. या गीतांना सोहर असे म्हणतात. या गीत गायनात आळीमधल्या इतर स्त्रियाही भाग घेतात. पुढे मुलाचे नामस्करण, मुंडन, उपनयन इत्यादी संस्कार यथाकाळी केले जातात. तरुणपणी विवाह होतो. या सर्व प्रसंगी गावयाची विशेष प्रकारची गीते असतात आणि ती गीते स्त्रिया सामुदायिकपणे गातात. अशी गाणी त्या त्या वेळी किती तरी दिवस चाललेली असतात.

लग्नविधी

निरनिराळ्या जातीत निरनिराळ्या प्रकारे लग्नपद्धती प्रचलित आहेत. तथापि सर्वसामान्य अशा काही पद्धती आहेत. पूर्वी कुटुंबातील मोठी माणसे लग्ने ठरवीत असत. मुलाला हुंडा देण्याची प्रथा अन्य प्रदेशांप्रमाणे बिहारमध्ये आहे. विवाहाच्या वेळी नववधूला अत्यंत आकर्षक पद्धतीने सजविण्याची रीत आहे. भारी रंगीत वस्त्रे आणि सुंदर अलंकार या वेळी तिला घातले जातात. बिहारमध्ये याला नववधूला 'श्रीचढना' अथवा 'शोभाचढना' असे म्हणतात. कौमार्याच्या साधेपणातून बिहारी कन्या जेव्हा 'दुलहिन' च्या रूपात सजते तेव्हा ती खरोखरच सुंदर आणि आकर्षक दिसते.

श्रीचढनाच्या परंपरागत आणि आधुनिक अशा दोन पद्धती बिहारमध्ये प्रचलित आहेत. आधुनिक पद्धतीमध्ये सजलेली बिहारची नववधू सर्व साजशृंगार करून विवाह मंडपात येते. कुशल जरीकाम केलेली लाल साडी, तिला जुळणारा ब्लाऊज, पायाला लालचुटुक मेंदी, जरीदार चप्पल, नाकात जडावाची नथ, तिला लावलेली कानापर्यंत मोत्यांची लडी, कपाळावर कुंकुमबिंदी, भांगात लाल सिंदूर अशी तिची सजावट असते.

परंपरागत पद्धतीमध्ये विविध भागात विविध प्रकारची सजावट आढळते. कुठे ती रेशमी अथवा साटिनचा जरीदार पटोर अथवा घागरा, चोळी आणि चुनरी असा पेहराव करते. लग्नाचा हा घागरा कित्येक गज कापडाचा असतो. कुठे नववधूच्या रेशमी अथवा सुती साडीवर चांदीच्या लहान लहान गोल टिकल्या टोचलेल्या असतात आणि त्यांचा झनझन असा आवाज होतो. यांना मनोरिपत्ती असे म्हणतात. कुठे चुनरी पेहरण्याची पद्धत आहे. कुठे रेशमी भरजरी साडी नेसण्याची पद्धती आहे. बिहारच्या कित्येक भागात चुनरीच्या चांदव्यातून वराला आणले जाते. वराच्या भोवती चारी बाजूला चार पातळ बांबूना हे चांदव्याचे छत

बांधलेले असते.

परंपरागत पद्धतीमध्ये विवाह मंडपात नववधू विशेष सजावट न करतात येत असते. बिहारमध्ये अद्यापही पडदा पद्धती आहे. वधूच्या मुखावर घुंगट असतो. तिचे सर्व अंग कपड्यांनी झाकलेले असते. विवाहाच्या आधी कित्येक दिवस वधूचे अंग हळद आणि उटणे लावून पिवळसर केलेले असते. विवाहाच्या आधी तिला न्हाऊ घालून तिच्या हातात लाल दोऱ्याचे कंकण बांधतात. त्यात आंब्याची पानेही बांधलेली असतात. या वेळी तिने पिवळी साडी नेसलेली असते. तिला 'पियरी' म्हणतात. केस मोकळे सोडलेले असतात. हातात चुडी नसते. विवाह मंडपात आल्यावर 'गोरहात्थी' चा विधी होतो. या वेळी वरपक्षाकडून वधूला वस्त्राभूषण दिले जाते. बिहारमध्ये काही ठिकाणी गोरहात्थीच्या वेळी सासरहून आलेली वस्त्रे आणि दागिने घालूनच लग्न लागते. परंतु काही ठिकाणी 'नैहर' म्हणजे माहेर अथवा मामा यांच्याकडून आलेल्या वस्त्रावरच लग्न लागते. सिंदूरदानानंतर लग्नविधी पूर्ण होतो.

विवाहानंतर चार दिवसांनी 'चौठारी' नावाचा विधी होतो. या दिवशी नववधूला शृंगारले जाते. तिच्या मोकळ्या केसांना तेल लावून तिची वेणी घातली जाते आणि ती फुलांनी शृंगारण्यात येते. याला 'मथबंधी' म्हणजे केस बांधण्याची क्रिया असे म्हणतात. सरळ भांग काढून त्यात सिंदूर भरला जातो. डोळ्यात काजळ घातले जाते. मुखमंडल सफेद आणि लाल बिंदूंनी सजविले जाते. हातात लाखेची चुडी आणि लहठी घालतात. तळहात मेंदी लावून रंगवतात. नंतर सुंदर आणि भारी वस्त्रे नेसवतात. त्यावर विविध प्रकारचे दागिने घालतात. भांगात टिका, नाकात नथ, कानात फूल, गळ्यात हार, हातात कृष्णचुळ इत्यादी प्रकारचे दागिने असतात. भांगामध्ये मंगटिका आणि नाकात नथ ही सौभाग्यप्रतीके समजली जातात. ती घालावीच लागतात.

अशा प्रकारे साजशृंगार करून वधू आपल्या पतीच्या घरी जाते. तिथे नववधूचे सौंदर्य पाहण्यासाठी स्त्रियांची गर्दी झालेली असते. वधूच्या मुखावरील घुंगट बाजूला सारून तिला पाहण्याच्या विधीला 'मुहदिखौनी' असे म्हणतात. बिहारी लोकगीतात सजलेल्या नववधूचे सुंदर वर्णन केलेले आहे -

मांगो लाडो के टिकवा सोभई
गलवा सोभई गलहार ।
नाकों लाडों के नथिया सोभई,
झुलनी सोभई लहरदार ।

नववधूच्या भांगात टिका शोभत आहे. गळ्यात हारांची शोभा दिसते आहे. नाकातली नथ मुखाची शोभा वाढवित आहे आणि सुंदर झुलनीच्या शोभा तर काय विचारावी !

अशा रीतीने सजलेली ही वधू जेवढ्या हर्ष आणि उल्हासाने घरात प्रवेश करील तेवढे ते घर धनधान्याने समृद्ध होईल, अशी भावना असते. नववधूला तिच्या सासरी लक्ष्मी स्वरूपात मानले जाते. तिथल्या मांगल्याचे ती प्रतीक असते.

सण-समारंभ

भारतात अन्य प्रांतात जसे सण-समारंभ, उत्सव, व्रते आहेत. तसेच ते बिहारमध्येही आहेत. सण समारंभ किंवा व्रत-वैकल्ये यांच्यामागे एक सांस्कृतिक व सर्वस्पर्शी अशी शुभदृष्टी असते.

बिहारी लोकांचा धार्मिक उत्साह त्यांच्या सणात व उत्सवात दिसून येतो. हरितालिका, गणेश चतुर्थी, करवाचौथ, कृष्णजन्माष्टमी, रामनवमी, गंगा दशहरा, वटसावित्री, अनंतचतुर्दशी, महाशिवरात्र, सरस्वतीपुजा, वसंतपंचमी, दीपावली, त्रिपुरीपौर्णिमा, दुर्गापूजा, संक्रांत, होळी इत्यादी सण आणि व्रते बिहारमध्ये साजरे केले जातात.

सरस्वती पूजा

बिहारमध्ये वसंतपंचमीला सरस्वतीपूजा सर्वत्र केली जाते. बिहारी लोकांच्या जीवनातील हा एक मोठा उत्सव आहे. ह्या वेळी सरस्वतीच्या शाडूच्या बनवलेल्या शुभ्र आणि नाजूक मूर्ती घरोघर बसवितात. त्याचप्रमाणे गावात सार्वजनिक ठिकाणीही त्यांची स्थापना करतात. या मूर्तीला पिवळी साडी नेसवतात. फुले आणि दागिने घालून सजवितात. ही सजावट प्रेक्षणीय असते. लोकांच्या उत्साहाला उधाण येते. सगळीकडेच या वेळी गर्दी उसळते. सरस्वतीच्या पूजेनंतर सर्वांना बुंदी, केळी, खोबरे इत्यादी पदार्थ प्रसाद म्हणून वाटतात. दुसऱ्या दिवशी

सरस्वती विसर्जन करतात.

दुर्गा पूजा

बंगालप्रमाणेच बिहारमध्ये देखील आश्विन महिन्यात नऊ दिवस नवरात्र पाळले जाते. या वेळी दुर्गापूजेचा महोत्सव सर्वत्र मोठ्या थाटामाटाने साजरा केला जातो. गावात ठिकठिकाणी दुर्गादेवीच्या लहानमोठ्या मूर्तींची स्थापना करण्यात येते. नृत्य, संगीत, नाट्य असे विविध प्रकारचे कार्यक्रम या वेळी चालतात.

विजयादशमीच्या दिवशी सर्वत्र दसऱ्याचा सण साजरा करण्यात येतो. या दिवशी उत्तरप्रदेशाप्रमाणे काही ठिकाणी दारूचा रावण करून जाळण्यात येतो.

दिवाळी

बिहारमध्ये दिवाळीचा सण घरोघर आकाशदिवे आणि पणत्या लावून साजरा केला जातो. यावेळी केलेली दिव्यांची रोषणाई प्रेक्षणीय असते. घरोघर फराळाचे पदार्थ करतात. मुले मातीची घरे बांधतात आणि फटाके उडवतात. बिहारमध्ये दिवाळी फक्त आमावस्येला एकच दिवस असते. या दिवशी व्यापारी लोक वहीपूजन करतात. आणि लक्ष्मीपूजन सर्वत्र होते. बलिप्रतिपदेच्या दिवशी निरनिराळ्या मंदिरातून अन्नकोट करतात. दुसरा दिवस 'भैय्यादूज' म्हणून साजरा होतो. भाऊबीजेसारखाच हा दिवस. या दिवशी बहीण भावाला ओवाळते आणि भाऊ तिला ओवाळणी घालतो.

छठ

कार्तिक शुद्ध षष्ठीला बिहारमधील स्त्रिया छठ नावाचे व्रत करतात. बिहारमध्ये हे व्रत फार महत्त्वाचे मानले जाते. पंचमीला सकाळपासून उपवास करून संध्याकाळी घरी दळलेल्या गव्हाचे 'खजुरा' म्हणजे शंकरपाळे करून खातात. षष्ठीला उपवास असतो. या दिवशी सूर्यास्ताच्या वेळी नदीवर किंवा तळ्यावर जाऊन स्नान करतात आणि सूर्याला अर्घ्य देतात. सूर्य उपासनेचेच हे व्रत आहे. नंतर सूर्याला केळी, पपनस, ऊस, संत्री, इत्यादी पदार्थांचा नैवेद्य दाखवतात. दुसऱ्या दिवशी पहाटे नदीवर जाऊन पूजा करून व्रताची समाप्ती करतात. घरोघरी प्रसाद पाठवतात. आपला पती आणि पुत्र यांचे कल्याण व्हावे आणि त्यांना सुख व ऐश्वर्य लाभावे अशी कामना या व्रताने बिहारी स्त्रिया सूर्यदेवाजवळ व्यक्त करीत असतात.

त्रिपुरी पौर्णिमेला लोक पहाटे गंगास्नान करतात. या दिवशी सोनपूर येथे मोठी जत्रा भरते. या जत्रेत गुरांचा मोठा बाजार भरतो, त्यात शेकडो हत्तीही विकायला आणलेले असतात.

याशिवाय राखीपुनम, तीज, इत्यादी बरेच लहान मोठे सण बिहारमध्ये साजरे होतात.

आदिवासी लोकांचेही काही वेगळे सण आहेत.

मधुश्रावणी

बिहारी प्रदेशातील हा एक केवळ नवविवाहित स्त्रियांचा उत्सव आहे. हा उत्सव श्रावणशुद्ध तृतीयेला साजरा करतात. नवविवाहित मुलगी चिरकाल सौभाग्यवती राहील की नाही, हे पाहण्यासाठी या उत्सवात तिच्या हातावर वनस्पतीची काडी जाळून तिने चटके देतात. त्यामुळे तिच्या अंगावर मोठे मोठे फोड आले तर ते उत्तम सौभाग्याचे चिन्ह मानतात. या उत्सवासंबंधी तिकडच्या लोकांची विलक्षण श्रद्धा आहे. ही श्रद्धा मैथिली लोकगीतांमधून अनेकवार व्यक्त झालेली आहे. त्या संबंधीचे एक गीत असे -

लहु लहु धर सखि वाती धडकाए कोमल छाती
लहु लहु पान पसारही लहु लहु हग दुहुँ झाँपह
मधुर मधुर उइ दाहे मधुर मधुर अवगाहे
कुमर करह विधी आजे मधुश्रावणी थल काजे

- हे सखी, मला हळूहळू डाग दे, माझी नाजूक छाती धडधडू लागली आहे. माझे दोन्ही डोळे हळूहळू बंद करा. ही अग्निशिखा हळूहळू मंद होईल. आणि मग तीमध्ये आवगाहन करीन. कवी कुँवर म्हणतो, हे नवनविवाहित स्त्रिये, आज मधुश्रावणीचा पवित्र सण आहे, त्यासाठी अनुष्ठानपूर्वक हा विधी कर.

याशिवाय बिहारमध्ये गावोगावी तिथल्या स्थानिक देवदेवतांचे उत्सव साजरे होत असतात. त्यावेळी ठिकठिकाणी जत्रा-यात्रा भरतात. ग्रामीण बंधू एकत्र जमातात. धार्मिक श्रद्धेबरोबरच भावनात्मक एकतेचा अनुभव घेतात. ह्या वेळी खरेदी विक्री चालते. काही ठिकाणी जनावरांचे बाजारही भरतात.

अशा प्रकारच्या जत्रा-यात्रा यांनी लोकजीवनात नवीन उत्साह संचारतो, नवा रंग खुलतो.

★★★

४. भाषा आणि साहित्य

बिहार राज्याची राज्यभाषा हिंदी आहे. त्यामुळे राज्यकारभार, साहित्य आणि शिक्षण या क्षेत्रात शुद्ध हिंदीचा वापर करण्यात येतो. बिहार राज्याची गणना हिंदी भाषिक प्रांतातच केली जाते. 'हिंदी' हा शब्द फारसी भाषेतील आहे. सिंधू नदीवरून सिंधी आणि त्याचेच पुढे हिंदी असे रूप बनले. नदी, प्रदेश अथवा त्या प्रदेशातील रहिवासी यांच्या नावावरूनच बहुधा भारतीय भाषांना नावे मिळालेली आहेत. या दृष्टीने बिहारमधल्या प्रचलित भाषेला 'बिहारी' असे म्हटले जाते आणि हिंदी भाषेची प्रदेशनिहाय जी विविध रूपे आहेत, त्यांना विविध नावाने ओळखले जाते. त्यामुळे हिंदी या शब्दाचा व्यवहारिक दृष्टीने उत्तर भारतातील उत्तरप्रदेश, मध्यप्रदेश, बिहार, हरियाणा या प्रांतातील साहित्यिक भाषा आणि या प्रदेशातील विविध बोली या सर्वांचा समावेश होतो. त्यामुळे बिहारची भोजपुरी, मगही आणि मैथिली या प्रमुख बोली भाषांचा हिंदी या शब्दाच्या अंतर्गत समावेश केला जातो. परंतु भाषाशास्त्राच्या दृष्टीने बिहारमधील भोजपुरी, मगही, मैथिली आणि इतर बोलींच्या समूहाची द्योतक अशी बिहारची बिहारी ही हिंदी भाषेपासून वेगळी मानली जाते.

बिहारी भाषेची उत्पत्ती बंगाली, उडिया आणि आसामी या भाषांच्या बरोबरच मागध अपभ्रंश भाषेपासून झाली आहे. ही भाषा केवळ बिहारमध्येच नव्हे तर उत्तर प्रदेशातील गोरखपूर, बनारस इत्यादी पूर्वभाग, पूर्ण बिहार आणि छोटा नागपूर या प्रदेशात बोलली जाते. हिंदी भाषा ही बिहारी भाषेची 'चुलत बहीण' असे म्हटले जाते. बिहारी भाषेच्या तीन मुख्य बोली भाषा आहेत. मैथिली ही त्यांपैकी एक. ही गंगेच्या उत्तरेला दरभंगाच्या आसपास बोलली जाते. दुसरी मगही ही पाटणा आणि गया या भागात बोलली जाते आणि तिसरी भोजपुरी ही उत्तरप्रदेशातील गोरखपूर आणि बनारस येथील काही भाग आणि बिहारमधील

शहाबाद, चंपारण आणि सारण या जिल्ह्यांत बोलली जाते. छोटा नागपूर मधील कुरमाँउ लोक कुरमॉली बोली बोलतात. कुरमॉली हे हिंदी भाषेचे एक रूप आहे. इतर आदिवासी संथाळी, मुंडारी, मल्हरा, गोंडी इत्यादी बोली बोलतात. भोजपुरी आणि मगही या भाषा कैथी नावाच्या लिपीमध्ये लिहिल्या जातात. आणि मैथिली ही मैथिली लिपीतच लिहिली जाते. हिला मिथिलाक्षर असे म्हणतात. हिंदी देवनागरी लिपीत लिहितात. बिहारमध्ये हिंदी प्रमाणेच उर्दू भाषेचाही सरकारी कामकाजातून वापर केला जातो. पूर्वी होऊन गेलेल्या मुसलमानी अमलामुळे उर्दूचा प्रभाव शिल्लक आहे. बिहार मधील मुसलमान भाषेचाच वापर करतात.

भोजपुरी

बिहारमधल्या भोजपूर या परगण्याच्या नावावरून तिथल्या भाषेला भोजपुरी असे नाव मिळाली आहे. ग्रीयर्सन नावाचा भाषाशास्त्री भोजपुरी भाषेविषयी असे लिहितो की, भोजपुरी भाषा ही भोजपुराच्या सीमा प्रदेशाच्या बाहेर दूरवर बोलली जाते. उत्तरेस ती गंगा पार करून नेपाळची सीमा, हिमालयाच्या खालच्या पर्वतश्रेणी, चंपारण्य जिल्हा हे क्षेत्र धरून बस्तीपर्यंत पसरली आहे. दक्षिणेस ती शोणनद पार करून छोटानागपूरच्या पठारापर्यंत पसरली आहे. मानभूम जिल्ह्याच्या टोकाला तिचा बंगालीशी आणि सिंगभूम जिल्ह्याच्या टोकावर ओडिसा भाषेशी संपर्क झाला आहे. अशाप्रकारे भोजपुरीचा विस्तार सुमारे ५०००० चौरस मैल आहे. उत्तरप्रदेशाचे पूर्वेकडील जिल्हे आणि बिहारमधले पश्चिमेकडील जिल्हे हे तिचे प्रधान क्षेत्र आहे.

भोजपुरी भाषेच्या आदर्श भोजपुरी, पश्चिमी भोजपुरी आणि नागपुरिया अशा प्रमुख तीन बोली आहेत. याशिवाय मधेसी व थारू अशा दोन उपबोलीही आहेत.

भोजपुरी भाषेत साहित्य रचना झालेली आहे. परंतु हिच्यातील अधिकांश साहित्य मौखिक आहे. लिखित स्वरूपातील साहित्य कमी आहे. जे उपलब्ध आहे त्यात संतसाहित्य, लोकसाहित्य आणि आधुनिक साहित्य असे विभाग करतात.

भोजपुरी संतसाहित्यात सर्वात प्रथम संत कबीराच्या काही कविता उपलब्ध होतात. त्यापैकी एक नमुना असा -

कनवा फ्रराय जोगी जटवा बढवले,
दाढी बढाय जोगी होई गईले बकरा ।
कहहि कबीर सुनो भाई साधो,
जम दरवजवा बान्हल जैवे पकरा ।

भावार्थ - कानाफाटे बनून योगी व्हा. जटा दाढी वाढवून बकऱ्यासारखे व्हा. कबीर म्हणतो, की यम तुम्हाला पकडून आपल्या दरवाज्यात बांधल्यावाचून राहणार नाही.

जायसी या कवीच्या काही कविता भोजपुरीत आढळतात. त्याची भाषा अवधी आहे. पण तिच्यावर भोजपुरीची गडद छाया आहे. तुलसीदासाच्या रामायणातही भोजपुरीचे काही प्रयोग आढळतात. कबीराचा शिष्य धर्मदास, त्याचप्रमाणे शिवनारायण धरनीदास, लक्ष्मीसखी, बुलाकीदास इत्यादी कवींनी भोजपुरीमध्ये बरीच पद्यरचना केली आहे. कबीराचा मुलगा कमाल याचीही काही काव्यरचना भोजपुरीत आहे. तिच्यातला एक नमुना असा -

समझ बूझ दिले खोज पिआरो । आसिक हो के सोना का ।।
जिन नयनों से नीद गँवावल । तकिया लेप बिछुवन का ।।
रूखा सूखा राम के टुकडा । चिकना अबर सलोना का ।।
कहत कमाल प्रेम के मारग । सीस देई फिर रोना का ।।

भावार्थ - हे प्रिय माणसा, जाणीव धरून आपल्या अंतरात शोध घे. एकदा प्रेमात पागल झाल्यानंतर आता झोपणे कशाचे ? तुझे डोळे झोपेला विसरले. आता तुला अंथरूण, पांघरूण आणि उशी कशासाठी हवी? रामाने दिलेला ओला कोरडा तुकडाचा जर खायचा, तर मीठ आणि तूप यांची गरज काय? कमाल म्हणतो, की अरे भाई, प्रेमाच्या मार्गात एकदा शिर दिलेस, मग आता रडणे कशासाठी?

भोजपुरी लोकसाहित्यामध्ये लोकगीत, लोककथा आणि इतर साहित्याचा समावेश होतो. लोकगीतातही संस्कारगीते, ऋतुगीते, जातिगीते, व्रतगीते आणि क्रियागीते असे विविध प्रकार आहेत. संस्कारगीते ही पुत्रजन्म, मुंडण, उपनयन, विवाह इत्यादी प्रसंगी गायली जातात. पुत्रजन्माच्या वेळी गायिल्या जाणाऱ्या गीतांना सोहर, सोहिलो किंवा मंगल असे म्हणतात. सोहरगीते प्रामुख्याने स्त्रियांनी रचलेली असतात. भोजपुरी विवाहाच्या प्रसंगी म्हणावयाची विवाह गीतेही पुष्कळ आहेत. त्यापैकीच हे एक -

कोठा उपर कोठरी रचि महला उठाओ
ताहि पइसि सुतेले कवन बाबा सुख नीनि रे ।।
आओ धनि बेनिया डोलाओ, पइसि जगावेली कवन बेटी,
बाबा गीन भल आयो, राजा दुआरे भइले ढाढं रे ।।

राऊस नगर छेक इले, पहिन कवन बाबा रे धोतिया;
करू ना समधिया से मिनती जिनि अपने से आयो रे ।।
बाबु नयो भइया नयो हम कबही ना नयो;
बेटी हो कवन बेटी, कारने सीस आजु नवायो रे ।।

भावार्थ - दालनाच्या वर आपल्या महालात एक पुरुष सुखनिद्रा घेत आहे. तो आपल्या पत्नीला म्हणतो की, ''पंखा चालव.'' एवढ्यात त्याची मुलगी येऊन त्याला जागवते आणि म्हणते, ''बाबा, तुम्हाला झोप कशी येते? दारात वरातीचे लोक येऊन उभे आहेत. त्यांनी आपले घर घेरून टाकले आहे. तुम्ही धोतर नेसून आपल्या व्याह्याकडे जा आणि त्या मंडळींना शांत राहण्याविषयी प्रार्थना करा.'' यावर बाप म्हणतो,''मुली माझा मुलगा त्यांची प्रार्थना करील. मी आजवर कोणापुढे मस्तक नमविले नाही. पण मुली, तुझ्यामुळे मला आज मान वाकवावी लागणार आहे.''

ऋतुगीतांमध्ये कजली, होरी, चैता, बारहमासा इत्यादी गीते येतात. चैता गीते ही बरीचशी शृंगारिक असतात तर बारहमासा गीते विरहप्रधान असतात.

जातीगीतात काही जाती विशिष्ट गीते येतात. अहिर लोक मुख्यत्वे विरहगीते गातात. ते पावसाळ्याच्या दिवसात आणि लग्नकार्यासारख्या शुभप्रसंगी बिरहागीते गाऊन श्रोत्यांचे मनोरंजन करतात.

त्यातील एक नमुना असा -

पुरइन बिनवेली एकल राम के; दहवा में परलीं अकेलि ।
पतवा तूरि तूरि जाला भोज - सखा; फुल चढे लेकर महादेव ।।

अर्थ - कमलिनी रामाला प्रार्थना करते, की मी तलावात एकटी पडले आहे. रामाने तिची प्रार्थना ऐकली. (त्या दिवसापासून) कमलपत्र हे भोजनासाठी पवित्र समजले जाऊ लागले आणि कमलपुष्प शंकराच्या मस्तकावर वाहिले जाऊ लागले.

अहिरांप्रमाणे दोसाध लोक (पूर्वास्पृश्य) पचरा गीते गातात. चांभार लोक उफरा व पिषीहरी गीते गातात. कहार, कहरूबा, तेली, कुल्हू व धोबी हुडुक गीते गातात.

व्रतगीते ही निरनिराळ्या व्रतांच्या प्रसंगी गायिली जातात. उदा. भाद्रपदातले बहुला व्रत, कार्तिकातले षष्ठीमातेचे व्रत इत्यादी.

क्रियागीते म्हणजे शेतीतील कष्ट हलके करणारी गीते होत. दळताना गायिल्या जाणाऱ्या गीतांना रोपनी गीत व निंदणी खुरपणीच्या गीतांना सोहनी

गीत असे म्हणतात.

भोजपुरी भाषेत काही प्रदीर्घ अशा पद्यमय कथा रचलेल्या आहेत. या कथा बहुधा वीर पुरुषांच्या जीवनावर असतात. पोवाड्यासारखाच हा प्रकार आहे. याला लोकगाथा असे म्हणतात. भोजपुरी भाषेत लोरकी, विजयमल, नयकवा, बनजारा, भरथरी, गोपीचंद, सोरठी आणि आल्हा या लोकगाथा प्रसिद्ध आहेत. या सर्वात आल्हा विशेष लोकप्रिय आहेत.

लोकगीतांच्या प्रमाणे अनेक विषयांवरच्या लोककथा प्रचलित आहेत.

आधुनिक साहित्यामध्ये आजही गद्यापेक्षा पद्याचाच भाग अधिक आहे. बरेच कवी भोजपुरी भाषेत काव्यरचना करीत आहेत. त्यामध्ये बिसराम याचे स्थान महत्त्वपूर्ण आहे. त्यांनी पुष्कळ विरहगीते लिहिली आहेत. बाहु रामकृष्ण वर्मा यांनी विरहानायिकाभेद नावाचे काव्य लिहिले आहे. दूधनाथ उपाध्याय यांचे भरती के गीत, भूकंप पचीसी व गोविलापछंदावली या नावाचे तीन काव्यपंथ

तारेची मूर्ती - कुर्किहार

प्रसिद्ध आहेत. पं. महेंद्री मिश्र यांनी जी हजारो गीते रचली, ती 'पूर्वी' या नावाने प्रसिद्ध आहेत. त्यामध्ये महेंद्रमंगल हे विशेष लोकप्रिय झाले आहे. रघुवीरशरण यांनी बटोहिया नावाची गीते रचली असून, त्यांचा भोजपुरी प्रदेशात खूप प्रचार आहे. रामविचार पांडेय हे भोजपुरी प्रदेशातले ग्रामीण कवी आहेत. त्यांचा एक कवितासंग्रह विनिया व बिचिया या नावाने प्रसिद्ध झाला आहे. शामबिहारी तिवारी हे शृंगारपूर्ण कविता लिहिण्यात सिद्धहस्त आहेत. देहाती दुलती या नावाने त्यांचे तीन काव्यसंग्रह प्रकाशित झाले आहेत. चंचरीक यांची ग्रामगीतांजली उल्लेखनीय आहे. भोजपुरी समाजात विवाहप्रसंगी वरपित्याला आणि वरपक्षाला काव्यरूप शिव्या देण्याची पद्धती आहे. चंचरीक यांना ही रूढी बंद व्हावी असे वाटून त्यांनी त्याच प्रसंगी गाण्यासाठी राष्ट्रीय गीते रचली आहेत. कवी अशांत यांची कविता भोजपुरी पत्रिकेत प्रकाशित होत असते. रामनाथ पाठक यांना भोजपुरी कवींमध्ये एक विशेष स्थान आहे. त्यांच्या कवितेत नव्या युगाची चेतना दिसते.

अवधविहारी 'सुमन' हे भोजपुरीतले आद्य लघुकथालेखक समजले जातात. त्यांनी बऱ्याच कथा लिहिल्या असून, त्या लोकप्रिय झाल्या आहेत. कथाक्षेत्रातले दुसरे नाव राधिकादेवी श्रीवास्तव हे होय. भोजपुरीत नाटक लिहिण्याचा पहिला मान पं. रविदत्त शुक्ल यांना आहे. त्यांचे देवाक्षरचरित्र नामक नाटक प्रहसनवजा असून, त्यात लोकरंजनाचा भाग बराच आहे. राहुल सांकृत्यायन यांनी भोजपुरीत आठ नाटके लिहून त्यांच्या द्वारे समाजवादी सिद्धांताचा प्रचार केला आहे. पं. गोरखनाथ चौबे यांनी उलटाजमाना नामक नाटक लिहून समाजातल्या उच्छृंखलपणावर टीका केली आहे. वीरेंद्र किशोरसिंह यांनीही एकांकी नाटके लिहिण्यात बरेच यश मिळविले आहे.

मगही

बिहारमधील गया आणि पाटणा या दोन जिल्ह्यात प्रामुख्याने ही भाषा बोलली जाते. याशिवाय हजारीबाग, पालामाऊ, मुंगेर व भागलपूर या जिल्ह्यांचा बराचसा भाग, छोटानागपूरचा उत्तर भाग आणि रांचीच्या पठाराचा उत्तर, पूर्व व दक्षिण भाग यांतही ही भाषा बोलली जाते. मगही भाषेचे लेखन कैंथी लिपीत केले जाते. या भाषेत प्राचीन लिखित साहित्य नाही.

पाली आणि मगही या दोन भाषांमध्ये बरेच साम्य आहे. ध्वनीविकासाच्या दृष्टीने मगही पालीला फारच जवळची आहे. तसेच मगहीतील जवळजवळ निम्मे शब्द पालीतील आहेत. मगहीचा अर्धमागधी भाषेशी देखील जवळचा संबंध आहे. अलीकडे मगही भाषेत काही लोककथा आणि लोकगीते प्रसिद्ध झालेली आहेत.

प्राचीन बौद्ध आणि जैन धर्माचे सहित्य पाली भाषेतच आहे. बुद्ध आणि महावीर यांचे वास्तव्य दीर्घकाळ बिहारच्या भूमीवरच झाले होते. बुद्धांच्या निर्वाणानंतर बुद्धांच्या अनुयायांनी बुद्धांनी सांगितलेला 'धम्म' म्हणजे धर्म आणि 'विनय' म्हणजे आचार यांना निश्चित स्वरूप देण्यासाठी प्रयत्न केले. महाकस्सप नावाच्या भिक्षूने बिहारमधील राजगृह येथे ५०० भिक्षूंची एक 'संगीती' भरविली होती. या संगीतीमध्ये 'विनयपिटक' नावाचा आचार धर्माचा ग्रंथ तयार करण्यात आला. पुढे 'सुत्तपिटक' आणि 'अभिधम्मपिटक' असे आणखी दोन ग्रंथ निर्माण झाले. या तीन ग्रंथांना मिळून 'त्रिपिटक' असे म्हणू लागले. या प्रत्येक पिटकांचे आणखी उपविभाग आहेत. आणि हे सर्व पाली भाषेमध्ये लिहिलेले आहेत. बुद्धघोष या बौद्ध आचार्यांनी पाली भाषेत बरीच ग्रंथरचना केलेली आहे. त्यांनी लिहिलेल्या 'जातक कथा' विख्यात आहेत.

मैथिली

बिहारमधील दरभंगा, मुजफ्फरपूर, मोंधीर, भागलपूर, सहरसा, शहापूर आणि पूर्णिया या जिल्ह्यात व नेपाळच्या रौताहत, सप्तरी, सरलाही, मोहतरी आणि मोरंग या जिल्ह्यात मैथिली ही भाषा प्रामुख्याने बोलली जाते. प्राचीन काळी यातला बहुतांश प्रदेश 'मिथिला' या नावाने ओळखला जात असल्यामुळे त्या प्रदेशावरूनच तिथे बोलल्या जाणाऱ्या या भाषेला 'मैथिली' हे नाव मिळाले. कोलब्रुक नावाच्या भाषापंडिताच्या मते मैथिली ही स्वतंत्र भाषा नसून बंगाली भाषेतील एक पोटभाषा आहे. ग्रियर्सन हा पंडित मात्र मैथिली ही स्वतंत्र भाषा आहे असे म्हणतो. 'आईने अकबरी' या ग्रंथामध्येदेखील मैथिली भाषेची स्वतंत्रता मान्य केलेली आहे. 'वर्णरत्नाकार' नावाच्या ग्रंथात मैथिलीला 'अवहठ' असे म्हटले आहे तर विख्यात मैथिली कवी विद्यापती हिला 'अवहट्ट' किंवा 'देसिल बअना' या नावाने उल्लेखितो.

दरभंगा है मैथिलीचे माहेरघर आहे. सुमारे दीड कोटी लोक ही भाषा बोलतात. या भाषेची एक स्वतंत्र लिपी असून तिला 'तिरहुता' किंवा 'मिथिलाक्षर' असे नाव आहे. ही लिपी प्राचीन मागधीतून निर्माण असून बंगाली, उडिया व असमिया या लिप्यांशी तिचे बरेचसे साम्य आहे. अलीकडे मात्र या लिपीऐवजी देवानागरीचाच वापर होऊ लागला आहे.

प्राचीन मैथिली आणि बंगाली यांच्यात खूप साम्य आढळते. मध्ययुगात या दोन्ही भाषांत आणखी देवाणघेवाण झाली. पंधराव्या शतकापासून अठराव्या शतकापर्यंत बंगाली विद्यार्थ्यांना शिकवायला मैथिली पंडितच असल्यामुळे मैथिलीचा

बंगालीवर विशेष प्रभाव पडला. राजकीय दृष्ट्या बंगाली व मैथिली भाषेचे प्रदेश निकट असल्यामुळे त्या दोन्ही भाषात अधिकाधिक साम्य निर्माण झाले. परंतु तरीही बंगालीपेक्षा मैथिलीचे वळण, शब्दांची मोडणी आणि मांडणी स्वतंत्र राहिली. मैथिली आणि बंगाली यांच्या शब्दातही फरक आहे. बंगालीप्रमाणेच मैथिलीचे असमिया, उडिया, भोजपुरी, खडीबोली इत्यादी बोली भाषांशी अनेक बाबतीत साम्य आहे. मैथिली आणि मगही यांच्यात जवळजवळ मुळीच भेद नाही. ८ व्या शतकातील सरहपादाची मगहीतील रचना व १३ व्या शतकातील ज्योतीरीश्वर ठाकुर यांच्या मैथिलीतील 'वर्णरत्नाकर' किंवा त्याच्या पाठोपाठ विद्यापतीने लिहिलेल्या 'कीर्तीलता' यातील काव्यरचना यांच्या तुलना केली असता हे साम्य लक्षात येते. मैथिली भाषेच्या सात बोली आहेत. त्या विविध भागात बोलल्या जातात -

१. आदर्श मैथिली ही उत्तर दरभंगा भागात बोलली जाते.

२. दक्षिणी मैथिली ही दक्षिण दरभंगा, पूर्व मुजफ्फरपूर, उत्तर मोंधीर, उत्तर भागलपूर व पश्चिम पूर्णिया या भागात बोलली जाते.

३. पूर्वी मैथिली अथवा खोट्टा बोली ही पूर्व पूर्णिया, माल्दा आणि दिनाजपूर या भागात बोलली जाते.

४. छिका अथवा छिकी ही दक्षिण भागलपूर, उत्तर संथाल परगणा आणि मोंघीर या भागात बोलली जाते.

५. पश्चिमी मैथिली ही पश्चिम मुजफ्फरपूर आणि पूर्व चंपारण या भागात बोलली जाते.

६. जौलही मैथिली ही उत्तर दरभंगातील मुसलमान लोक बोलतात.

७. केंद्रीय जनसाधारण मैथिली ही पूर्व सोतिपुराची आणि मधुबन या विभागातील खालच्या स्तरातील लोकांची बोली आहे.

मैथिली साहित्यामध्ये आदिकाल, मध्यकाल आणि आधुनिक काल असे कालखंड मानले जातात. सामान्यपणे आदिकालात काव्य, मध्यकाळात नाटक आणि आधुनिक काळात गद्य साहित्य विशेष प्रसिद्धीला आले.

इ. स. १३०० ते १६०० पर्यंतच्या आदिकालाच्या पूर्वार्धात समृद्ध असे साहित्य आढळत नाही. वाचस्पती मिश्राची 'भामती' आणि सर्वानंदाची अमरकोशातील टीका यात मैथिली भाषेचा बराच उपयोग केलेला आढळतो. ओइनवार राजांच्या राजवटीत मैथिली साहित्याला उत्कर्षाचे दिवस लाभले. या कालखंडात ज्योतिरीश्वर ठाकूर, विद्यापती, गोविंददास, महिनाथ ठाकूर, लोचन

झा, रामदास झा, हर्षनाथ झा, इत्यादी नामवंत कवी उदयाला आले आणि त्यांनी आपल्या काव्याने मैथिली साहित्य समृद्ध केले. ओइनवार राजवंशातल्या राजा लक्ष्मीनारायण, रांजा शिवसिंह व राणी लखिमादेवी यांनीही काव्यलेखन केले होते. हे राजे मोठे रसिक आणि साहित्यिकांचे चाहते होते.

विद्यापती हा त्या काळातील मोठ्या श्रेष्ठतेचा कवी मानला जातो. त्याला 'मैथिलिकवीकोकिल' या गौरवपूर्ण नावाने संबोधिले जाते. त्याच्या उपलब्ध रचनांपैकी कीर्तिलता, कीर्तिपताका आणि पदावली या तीनच रचना मैथिली भाषेतल्या आहेत. पहिल्या दोन काव्यात कीर्तीसिंह आणि शिवसिंह या राजांच्या पराक्रमांचे वर्णन असून, तिसऱ्यात विद्यापतीच्या राधाकृष्णविषयक शृंगार वर्णनांची छोटी मोठी पदे संकलित केली आहेत. या पदावलीची भाषा ललितमधुर असून वर्णने बहारीची आहेत.

इ. स. १६०० ते १८६० या मध्यकालातले महत्त्वाचे साहित्य नेपाळमध्ये रचले गेले. ओइनवार राजवंशाच्या अस्तानंतर त्यांच्या दरबारातले पंडित व कवी नेपाळमधल्या मत्स राजांच्या दरबारी गेले. या काळात प्राधान्याने मैथिली भाषेत संस्कृत नाटकांच्या आधाराने नाट्यलेखन झाले. मैथिलीतले स्वतंत्र नाट्यसाहित्य 'कीर्तिनिया' या नावाने ओळखले जाते. यात गद्य संवाद कमी आणि संगीत संवाद अधिक असत. यात नृत्यालाही विशेष प्राध्यान्य असे. हे नाट्य भक्तिप्रधान असून, त्यात प्रामुख्याने शिव आणि कृष्ण यांची चरितकथा वर्णन केली जाई. गोरक्षचरित, नलविजय, आनंदविजय, पारिजातहरण इत्यादी कीर्तनिया नाटके प्रसिद्ध आहेत.

इ. स. १८६० च्या पुढील आधुनिक कालातला श्रेष्ठ कवी म्हणून चंदा झा याला मानले जाते. मैथिली रामायण, पुरुषपरीक्षाक, मैथिल टीका, चंद्रपदावली, महेशवाणी संग्रह, गीतीसुधा आणि छंदोग्रंथ इत्यादी याचे प्रमुख ग्रंथ आहेत. याच्या लेखनात जुन्या आणि नव्या अशा दोन्ही विचारांचा संगम दिसून येतो. चंदा झा याने काव्य, नाटक आणि गद्य या साहित्यप्रकारांची निर्मिती केली. मैथिली रामायण ही त्याची एक अत्यंत प्रभावी कलाकृती आहे. विद्यापतीच्या पुरुषपरीक्षा या ग्रंथाचा मैथिली अनुवाद करून याने मैथिलीच्या विकासाला मोठा हातभार लावला आहे. चंदा झा याच्या काव्याचा त्याचे समकालीन आणि नंतरचे कवी यांच्या काव्यलेखनावर विलक्षण प्रभाव दिसतो. त्याचे अनुकरण करणाऱ्यांमध्ये महाकाव्य, खंडकाव्य, गीतिकाव्य हे काव्यप्रकार समृद्ध करणारे विंध्यनाथ झा, गणनाथ झा, जीवन झा, रघुनंद दास, लालदास, बद्रीनाथ झा इत्यादी कवी अग्रगण्य समजले जातात. मैथिली साहित्याचे आलोचनकार जयकांत मिश्र हे

१८८० ते १९०७ या कालखंडाला 'चंदा झा युग' अशा शब्दात गौरवतात. चंदा झा यांची भाषा अलंकारिक असून शब्दरचना मोहक आहे. त्यांच्या मैथली रामायणातील हा नमुना -

भालु ओ प्रचण्ड कीश जाय जाय झट्ट झट्ट ।
राक्षसेन्द्र वीर का पछारि मारि पट्ट पट्ट ।।
शैलखण्ड वृक्ष हाथ सौ उखाड चट्ट चट्ट ।
राक्षसेन्द्र सैन्य झुण्ड झुण्ड फोड फट्ट फट्ट ।।

भावार्थ - प्रचंड शरीराचा तो जांबुवंत लांब लांब ढांगा टाकीत गेला आणि त्याने राक्षसराज रावणाच्या वीरांना पटापट मारले. मोठमोठ्या पहाडांचे दगड व वृक्ष शंभर शंभर हातांनी एका वेळी चटचट उचलले व उखडले जाऊ लागले. राक्षसराज रावणाच्या सैन्याच्या झुंडीवर त्याने ते फेकले व त्यांची मुंडकी फटाफट फोडली.

चंदा झा च्या नंतर हरखनाथ झा, श्रीकृष्ण ठाकूर, फतुरकवी, तुलपतीसिंह इत्यादी कवी होऊन गेले. तुलपतीसिंह योन 'मदनराज चरित' ही कादंबरी आणि 'गीतपंचाशिरवा' हा काव्यसंग्रह लिहिला. या काळात मैथिली गद्याचा विकास होण्यासाठी 'मैथिलीहितसाधन' 'मैथिलामोद', 'मिथिलामिहिर' इत्यादी नियतकालिकांनी खूप साह्य केले.

मैथिली भाषेत लोककथा, लोकगीत आणि अन्य प्रकारचे लोकसाहित्यही विपुल आहे.

हिंदी

सदल मिश्र आणि भगवान मिश्र या लेखकांचे १८ व्या शतकातील गद्य साहित्य हे बिहारमधल्या हिंदी साहित्याचे प्रारंभीचे रूप समजले जाते. हिंदी मधल्या भारतेंदु युगातील बिहारमधील साहित्यिक महाराजकुमार बाबुरामदीनसिंह यांनी लिहिलेले 'बिहारदर्पण' प्रसिद्ध आहे. याची प्रशंसा भारतेंदु यांनीही केली होती. बाबु शिवनंद सहाय यांनी भारतेंदु हरिश्र्चंद्र आणि गोसावी तुलसीदास यांची चरित्रे लिहिली. रवींद्रनाथांच्या चित्रांगदेचा अनुवाद राजराजेश्वरी प्रसाद सिंह यांनी केला. चंद्रशेखरधर मिश्र आणि मुनशी हसन अली यांनीही त्या काळी हिंदी गद्य साहित्य लिहिले. 'ब्राह्मण', 'बिहारबंधु' ह्या नियतकालिकांमधूनही बरेच हिंदी साहित्य प्रसिद्ध होत असे. बाबासुमेरसिंह, अंबिकादत्त आणि जगन्नाथदास ह्या कवींनी हिंदी काव्यदृष्टीत मोलाची भर टाकली आहे. देवकीनंदन खतरी यांनी लिहिलेल्या 'चंद्रकांता संतती' आणि 'भूतनाथ' ह्या कादंबऱ्या विशेष लोकप्रिय

शहीद स्मारक - पाटणा

झाल्या. हिंदीमधील द्विवेदी युगात पंडित रामवतार शर्मा, सखकल नारायण शर्मा, डॉ. काशीप्रसाद जायसवाल, भुवनेश्वर मिश्र, विजयानंद त्रिपाठी, चंद्रशेखर शास्त्री इत्यादी बिहारमधील विद्वान लेखकांनी हिंदी भाषेत मोलाची साहित्यनिर्मिती केली आहे. 'सरस्वती' मासिकाच्या प्रतिष्ठित लेखकांच्यापैकी काशीप्रसाद जायसवाल हे होते. हिंदीमधील पहिली प्रादेशिक कादंबरी 'देहाती दुनिया' ही आचार्य शिवपूजन सहाय यांनी लिहिली आहे.

डॉ. राजेंद्रप्रसाद, आचार्य बद्रीनाथ वर्मा, मथुरा प्रसाद दीक्षित, नरेंद्र नारायण सिंह, बाबू कालिका प्रसाद, नंदकिशोर तिवारी, राजाराधिका रमण प्रसादसिंह इत्यादी किती तरी विद्वान लेखकांनी हिंदी भाषेत ग्रंथरचना करून आणि दर्जेदार नियतकालिकांचे संपादन करून बिहारचा गौरव वाढविला आहे. राजेंद्र बाबूंची 'आत्मकथा' आणि 'बापूके कदमोमें' या पुस्तकांनी हिंदी गद्य साहित्यात मोलाची भर टाकली. आधुनिक लेखकांत रामवृक्ष बेनीपुरी यांनी हिंदी कथा वाङमयात विशेष लौकिक कमावला तर रामधारीसिंह 'दिनकर' यांचे आधुनिक हिंदी काव्यातील स्थान सर्वश्रेष्ठ मानले जाते. दिनकर यांच्या 'उर्वशी' नामक काव्याला भारतीय विद्यापीठाचे एक लक्ष रुपयांचे पारितोषिक लाभलेले आहे. याशिवाय जनार्दन झा, जानकीवल्लभ शास्त्री, गोपालसिंह 'नेपाली', लक्ष्मीनारायण 'सुधांशु', नलिनविलोचन शर्मा इत्यादी साहित्यिकांनी हिंदी भाषेच्या समृद्धीला हातभार लावलेला आहे.

★★

५. कलाप्रिय बिहार

बिहारी माणूस जसा श्रद्धाळू आहे, तसाच तो रसिकही आहे. कलाप्रेमी आहे. संगीत, नृत्य, नाट्य आदी ललितकलांना त्याच्या जीवनात श्रेष्ठ स्थान आहे.

संगीत

प्राचीन काळापासूनच बिहारच्या धर्मशील जीवनात संगीत उपासनेला महत्त्व दिलेले आहे. भक्तिसंगीताची जोड बिहारी जीवनाला मिळालेली आहे. या लोकसंगीतात शेतीभाती वा अन्य कष्ट करताना म्हणावयाची श्रमगीते, धार्मिक सण समारंभाची गीते, लग्नप्रसंगी म्हणावयाची विवाहगीते, बालगीते, क्रीडागीते, इत्यादी अनेक प्रकारची गीते आहेत. बिहारच्या लोकभाषांतून अशी विविध गीते विपुल आहेत. आदिवासींची गीतेही पुष्कळ आहेत. या गीतगायनांनी बिहारी लोकजीवन संगीतमय बनवलेले आहे.

शास्त्रीय हिंदुस्थानी संगीताची उपासनाही बिहारमध्ये जुन्या काळापासून प्रचलित आहे.

नृत्य

बिहारमध्ये लोकसंगीताप्रमाणेच विविध लोकनृत्येही प्रचलित आहेत. पुरुषांची तशी स्त्रियांची अशी वेगवेगळी नृत्ये आहेत आणि स्त्री-पुरुष यांची संमिश्र अशीही नृत्ये आहेत. झूमर, जतजतीत, झिझिया, समचकवा ही काही स्त्रीनृत्ये आहेत, तर कीर्तनीया, सलहुश, छाऊ, रंगिन, चमार नटुआ, महराई, डम्फा वसूली इत्यादी पुरुषांची नृत्ये आहेत. नचनी, पैका, जत्रा, डोल, डांगा, करमा, सतुरी, खारिया अशी अनेक स्त्री-पुरुषांची संमिश्र नृत्ये आहेत.

मिथिला म्हणून ओळखल्या जाणाऱ्या बिहारी प्रदेशातील लोकनृत्ये ही प्रामुख्याने कृष्णचरित्र किंवा कृष्णलीला यांवर आधारित असतात. कीर्तनीया, कुंजवासी, भगता, व्रजवासी, कदंबलीला, नागलीला इत्यादी नृत्ये नावावरूनच

मुण्डा लोकनृत्य

त्यांचे कृष्णलीलेशी असलेले संबंध दर्शवितात. ही नृत्ये करताना झांज, पखवाज, चिपळ्या, ढोल, पिपाणी, नगारा इत्यादी वाद्यांची भरगच्च साथ असते.

काही नृत्ये जात-विशिष्टही असतात. झरनी नामक नृत्य मुस्लीम समाजात लोकप्रिय आहे, तर महराई हे कोळी नृत्य आहे. डम्फा बसूली, चमार नटुआ, कमलामाई ही चर्मकारांची नृत्ये म्हणून प्रसिद्ध आहेत, तर सलहश हे नृत्य मुशाहिर जमातीत प्रामुख्याने नाचले जाते.

बगुली

बिहारमधील स्त्रियांचे हे एक गीतनाट्य आहे. आश्विन महिन्यातल्या निरभ्र सायंकाळी मोकळ्या मैदानात स्त्रिया गोळा होतात. त्यांतील एक स्त्री आपल्या माथ्यावरून मोठे थोरले घुंघट घेते; व त्यातून नाकासमोर आपला एक हात चोचीसारखा धरून हालवते. या वेळी तिच्या दोन्ही बाजूंना सारख्याच संख्येने दुसऱ्या स्त्रिया उभ्या असतात. घुंघट घेतलेल्या व चोचीसारखा हात

हालवणाऱ्या स्त्रीला 'बगुली' म्हणतात. बगुली मग एका दिशेकडून दुसऱ्या दिशेकडे धावत जाते व 'दीदिया' नावाने आपल्या सखीला हाक मारते. नंतर दीदियाचा व तिचा संवाद होऊन बगुली लटक्या रागाने नदीकडे धावू लागते. इथे एक दृश्य संपते. दुसऱ्या दृश्यात नदीकाठी आलेली बगुली आपल्याला घराकडे पोहोचविण्यासाठी नावाड्याची विनवणी करते. परंतु नावाडी ती मानीत नाही, उलट तिच्याकडे काही गोष्टींची मागणी करतो. बगुली जसजशी त्याची विनवणी करीत जाते तसतशी त्याची मागणीही वाढत जाते आणि अखेरीस तो बगुलीचे शरीरदानही मागते. यावेळी बगुली संतापते. नावाड्याची मागणी निर्धारपूर्वक झिडकारते व आपले शील रक्षण करते. असे हे गीत नाट्य असते.

चित्र

पाल राजांच्या कारकिर्दीत बिहारमध्ये हस्तलिखित पोथ्यांवर चित्रे रंगवण्याची एक पद्धती विकसित झाली. बुद्धाच्या जीवनातील विविध प्रसंगाचे आणि निरनिराळ्या बौद्ध देवतांचे चित्रण पोथ्यांवर नाना प्रकारच्या रंगात केलेले आढळते. त्या चित्रणावर तांत्रिक पंथाचा प्रभाव स्पष्ट दिसतो.

भारतात मोगल वंशाची सत्ता प्रस्थापित झाल्यांतर चित्रकलेची नवीन शैली उदयाला आली. 'मोगल शैली' म्हणून ती प्रसिद्ध आहे. 'पटना कलम' किंवा पटना शैली म्हणून जी चित्रकला बिहारमध्ये विकसित झाली, तिच्यावर या मोगल चित्रशैलीचा प्रभाव पडलेला दिसतो. किंबहुना मोगलशैलीचीच पटना शैली ही एक पोटशाखा मानली जाते. अठराव्या शतकाच्या उत्तरार्धात पटना शैलीचा विकास झाला. शिवकाल व शिवदयाळ हे दोन चित्रकार या शैलीचे आधारस्तंभ मानले जातात. या पद्धतीच्या चित्रात प्रामुख्याने सामान्य लोकजीवनाचे चित्रण केलेले आढळते. मोगल, राजस्थानी अथवा पहाडी चित्रशैलीत उच्चस्तरीय जीवनाचे, राजेरजवाडे यांचे चित्रण आढळते. पण पटना शैलीत श्रमजीवी जनता आणि तिचे जीवन हा चित्रविषय बनला आहे, हे वैशिष्ट्य आहे. बिहारच्या चित्रकारांनी या क्षेत्रात बहुमोल कामगिरी केली आहे.

शिल्प-स्थापत्य

बिहारमध्ये या कलेची वाढ प्राचीन काळापासून झालेली आहे. मौर्य राजवटीपूर्वीच्या मोठमोठ्या वास्तूंचे किंवा दगडी कोटांचे भग्नावशेष केवळ आढळतात. त्या काळातील शिल्प, कोरीव काम, धातूकाम, विणकाम यांविषयीचे उल्लेख प्राचीन साहित्यात आढळतात. पाली साहित्यावरून नगररचनेचे शास्त्र त्या काळी किती प्रगत झाले होते हे लक्षात येते. मौर्यपूर्व काळात माती, विटा, लाकूड

यांचा वापर बांधकामासाठी होत असे, पण मौर्यकालापासून दगडाचा वापर होऊ लागला. पूर्वीच्या काष्ठकलेच्या प्राचीन परंपरेतूनच मौर्यकालीन कलेचा नवीन आविष्कार झाला. मशकवली, तक्षशिला, शाकल, पाटलीपुत्र या मौर्यकालीन नगरांची सुरेख रचना आणि विलक्षण सुंदर असे शिल्पकाम पाहून ग्रीक लोकही स्तिमित झाले होते!

सम्राट अशोकाने उभारलेले चार पाषाणस्तंभ बिहारमध्ये कोल्हुआ, लौरिया अरेराज, लौरिया नंदनगड व रामपुरवा या गावी उपलब्ध झालेले आहेत. हे स्तंभ अत्यंत चमकदार असून त्यांतली तीन स्तंभाच्या शिरोभागी सिंह आहेत व एकावर बैल आहे. त्या काळातील यक्षमूर्ती पाटण्याजवळ सापडल्या आहेत. गयेपासून जवळच असलेल्या बराबर टेकड्यांच्या पहाडात खोदलेली मौर्यकालीन लेणी चैत्य सभागृहे आहेत.

शुंग व कण्व राजवटीत स्तूप उभारले गेले आणि यक्ष व नाग यांच्या मूर्ती निर्माण झाल्या. मोठाले स्तूप आणि त्याभोवती वेदिका व तोरणे हे त्या काळातल्या बौद्ध शिल्पांचे वैशिष्ट्य आहे.

गुप्तकाळात सर्वत्र समृद्धी असल्यामुळे सर्वच कलांचा विकास झाला. गुप्तकालीन साहित्य आणि चिनी प्रवाशांचे वृत्तांत यावरून असे ध्यानात येते की, त्या काळी बिहारमध्ये ठिकठिकाणी, विशेषत: वैशाली, नालंदा, बोधगया, राजगीर, पाटणा इत्यादी नगरांमध्ये शेकडो स्तूप, विहार व मंदिरे निर्माण झाली होती. बुद्धाच्या अनेक तऱ्हेची मूर्ती घडविल्या होत्या.

बौद्ध शिल्पाप्रमाणेच त्या काळात बिहारमध्ये शैव व वैष्णव शिल्पेही पुष्कळच निर्माण झाली. शैव शिल्पात उमा महेश्वरांच्या मूर्ती विशेष लोकप्रिय होत्या. सिंगभूमी जिल्ह्यातील बेणुसागर येथे तत्कालीन मंदिरांचे व मूर्तींचे असंख्य अवशेष सापडले आहेत.

पुढे मुसलमानी अमलातही काही कामे झाली. हसनखान व शेरशहा यांची ससराम येथील स्मारके प्रेक्षणीय आहेत. या काळातील किल्ला, मशिदी इत्यादी वास्तू भव्य आहेत.

कलाकुसर

बिहारच्या गावागावातून लोककलेचे नमुने पाहायला मिळतात. मातीची सुरेख, सुडौल भांडी, त्यावरील रंगीत नक्षीकाम, मातीच्या मूर्ती, चित्रे, मुलांची खेळणी इत्यादी विविध वस्तू बनवतात. सिकी नामक गवतापासून बनवलेल्या चटया व पेटारे उत्कृष्ट असतात.

स्त्रिया आपआपली घरे सारवून, रंगवून सुरेख ठेवतात. दारावर किंवा दारापुढे अंगणात अल्पनाची सुरेख रंगावली रेखतात. भिंतीवरही विविध प्रकारची चित्रे काढतात. लग्नप्रसंगी वधूवरांना बसण्याच्या जागी तांदुळाचे पीठ व हळद यांनी रेखलेल्या अल्पना आकृती फार आकर्षक असतात. त्याचप्रमाणे वधूवरांची 'कोहवर' म्हणजे विश्रांतीची खोली बिहारी स्त्रिया मोठ्या कलात्मकतेने चित्रित करतात. सजवतात. बिहारचे कलाजीवन संपन्न आहे.

★★★

६. स्थलयात्रा

बिहारचे लोकजीवन व कलाजीवन जसे वेधक आहे. तसेच स्थलदर्शनही लोभस, प्रेरणादायी आहे. प्राचीन पुण्यक्षेत्रांप्रमाणेच आधुनिक तीर्थक्षेत्रेही येथे आहेत.

पाटणा

सध्याच्या बिहार राज्याची राजधानी पाटणा येथे आहे. आजचे पाटणा शहर म्हणजेच पूर्वीची पाटलीपुत्र नगरी. प्राचीन भारताच्या इतिहासात पाटलीपुत्र नगरीला ऐतिहासिक आणि सांस्कृतिकदृष्ट्या फारच महत्त्वाचे स्थान होते. विख्यात मगध साम्राज्याची राजधानी येथे होती. या नगरीला पुष्पपूर, कुसुमपूर, कुसुमावती, मौर्यनगर, अजिमाबाग, पटला आणि पटणा इत्यादी नावे होती. कित्येक शतकाचा इतिहास या नगरीने पाहिलेला आहे. बुद्धकालापासून ते मोगलकालापर्यंत आणि पुढे इंग्रजी राजवटीतही पाटणा शहराचे महत्त्व कायम राहिले आहे. धार्मिक दृष्ट्याही या नगरीला महत्त्व आहे. भारतात जी एक्कावन्न शक्तिपीठे आहेत, त्यात पाटण्याची अधिष्ठात्री शक्ति 'पटन देवी' हिचे प्रमुख स्थान आहे. पाटना शहरात जी अनेक प्रमुख देवस्थाने आहेत त्यात 'बडी पटन देवी' आणि 'छोटी पटन देवी' ही स्थाने श्रेष्ठ मानली जातात. या देवीवरूनच या नगराला 'पटणा' किंवा 'पाटणा' हे नाव मिळाले आहे. पुराणामध्ये अशी एक कथा आहे की, शिवपत्नी सती हिचे अंग ज्या एक्कावन्न ठिकाणी अवशेष रूपाने पडले, त्या ठिकाणांना शक्तिपीठाचे स्थान प्राप्त झाले. या नगरात सतीचा पट म्हणजे वस्त्र पडले होते, त्यामुळे याचे नाव 'पट्टन' असे पडले. पुढे त्याचे पटना झाले. सतीचे वस्त्र एक गुलझार बाग येथे पडले. आणि दुसरे वस्त्र तिथून २ मैलांवर पडले. या दोन्ही ठिकाणी मंदिरे बांधलेली आहेत. पूर्वी यांना 'पटल देवी का मंदिर' असे म्हणत असत. अलीकडे 'पटन देवी का मंदिर' असे म्हणतात.

पहिली बडी पटनदेवी व दुसरी छोटी पटनदेवी या नावानेही विख्यात आहे. पाटण्याची ग्रामदेवता हीच आहे. पाटण्याच्या पूर्वेला जवळच मुसलमान शासकांनी मोठी नगरी वसवली. औरंगजेबाचा नातू अज्जीमुश्शान याने या शहराचे नाव 'अजीमाबाद' असे ठेवले आणि आपली राजधानी देखील येथेच ठेवण्याची त्याची कल्पना होती. या शहराच्या चोहोबाजूंना भक्कम तट आहेत. 'पूरब दरवाजा' आणि 'पश्चिम दरवाजा' असे दोन मुख्य दरवाजे या नगरीला होते. त्यांचे अवशेष आजही दृष्टीस पडतात. भग्नस्वरूपात तटही कुठेकुठे दृष्टीस पडतो. १८ व्या शतकात पाटणा हे एक समृद्ध व्यापारी नगर बनले होते. तिथे अनेक भव्य प्रासाद, मशिदी, उद्याने निर्माण झाले होते. काही मशिदींचे भग्नावशेष आजही दृष्टीस पडतात. शेरशहाने बांधलेली शाही मशीद शिल्पकलेच्या दृष्टीने फार प्रेक्षणीय होती. बेगमपूर भागात ह्यावत जंग याची कबर असून तिच्या जवळच एक सरोवर आहे. येथे भाद्रपद महिन्यात 'वरूणका मेला' नावाची जत्रा भरते. 'अगमकुआ' नावाची विशाल विहीर पाटणा शहरात आहे. सम्राट अशोकाने ही बांधली असे म्हणतात. येथे शीतलादेवीचे मंदिर आहे. तेथून सुमारे एक मैलावर 'कुम्हरार' नावाचे ठिकाण आहे. येथील उत्खननात मौर्य सम्राटांचे महाल, दगडी स्तंभ, लाकडी भिंती, सुवर्णमुद्रा आणि रथावशेष अशा किती तरी वस्तु छिन्नछिन्न अवस्थेत सापडलेला आहेत.

अर्वाचीन पाटणा शहरातील प्रेरणादायक स्थान म्हणजे सदाकत आश्रम, गंगानदीच्या किनारी दाट आंबराईमध्ये हा आश्रम स्वातंत्र्यलढ्याच्या काळात मौलाना मजुरल हक्क या नेत्यांनी स्वातंत्र्यवीरांसाठी आणि सत्याग्रहींसाठी काढला होता. बिहारच्या स्वातंत्र्य आंदोलनाची प्रमुख प्रेरणा येथून मिळत असे. पुढे डॉ. राजेंद्रप्रसाद यांच्या कार्याचे हे प्रमुख स्थानच बनले. त्यांनी आपले सर्वस्व राष्ट्राला वाहून येथील आश्रमीय जीवन स्वीकारले. त्यांच्या मृत्यूनंतर आज हा आश्रय 'राजेंद्र स्मृति संग्रहालय' या नावाने प्रसिद्ध आहे. बिहारचे हे एक नवीन तीर्थस्थान आहे.

येथील गांधी मैदानाजवळ गोलघर नावाची एक प्रचंड डोंगरासारखी इमारत दृष्टीस पडते, १७७० च्या सुमारास बिहारमध्ये प्रचंड दुष्काळ पडला होता. असे दुष्काळ त्यावेळी वरचेवर पडत असत म्हणून धान्याचा साठा करून ठेवण्सासाठी वॉरन हेस्टिंग्जच्या प्रेरणेने हे गोलघर बांधण्यात आले. त्याची उंची ९६ फूट असून त्याच्या भिंती तळाशी १३ फूट जाड आहेत.

पाटण्यातील बुद्ध मार्गावर मोगल आणि राजपूत स्थापत्यकलेने नटलेले

'पटना संग्रहालय' उभे आहे. या संग्रहालयात अनेक प्राचीन मूर्ती ठेवलेल्या आहेत. मौर्य, शृंग, गुप्त आणि पाल या राजवटीतील अनेक ऐतिहासिक वस्तू येथे दृष्टीस पडतात. या संग्रहालयातील चित्र दालनात अनेक प्राचीन कलापूर्ण चित्रे ठेवलेली आहेत.

स्वतंत्र भारताचे पहिले राष्ट्रपती डॉ. राजेंद्र प्रसाद हे राष्ट्रपतीच्या जबाबदारीतून मुक्त होऊन पाटण्याच्या सदाकत आश्रमात परत आल्यावर त्यांनी त्यांना राष्ट्रपती म्हणून मिळालेल्या देशी विदेशी अशा बहुमूल्य वस्तू या संग्रहाला देऊन टाकल्या. आज त्या येथील 'राजेंद्रकक्ष' या विभागात पाहायला मिळतात. पाटण्याच्या सचिवालयाच्या नजिकच एका विशाल चौकात प्रसिद्ध 'शहीद स्मारक' आहे. वीस फूट उंचीच्या एका चबुतऱ्यावर सात शहीदांच्या सात मूर्ती बनविलेल्या आहेत. हे स्मारक म्हणजे भारतीय स्वातंत्र्यलढ्याचे मूर्तीमंत प्रतीक आहे. १९४२ च्या लढ्यात सात तरुण विद्यार्थ्यांनी इंग्रजांच्या सचिवालयावर आपला राष्ट्रध्वज फडकवताना येथे रक्त सांडले. त्या हुतात्म्यांच्या स्मरणासाठीच

हे स्मारक उभारलेले आहे.

शिखांमधील खालसा पंथाचे प्रवर्तक गुरु गोविंदसिंह यांचा जन्म २६ डिसेंबर १६६६ रोजी पाटणा येथे झाला होता. त्यांच्या जन्मस्थानी उभारलेली पवित्र वास्तू 'तखत श्री हरी मंदिरजी साहिब' या नावाने उभी आहे. दरवर्षी येथे मोठी यात्रा भरते, हजारो शीख आणि इतर यात्रेकरू येथे जमतात. याशिवाय 'किलाहाऊस संग्रहालय' हेही एक जुने ऐतिहासिक स्थळ पाहण्यासारखे आहे.

गया

भारतातील प्रसिद्ध तीर्थक्षेत्रांपैकी गया हे एक आहे. हिंदू आणि बौद्ध या दोघांचेही तीर्थक्षेत्र आहे. गया क्षेत्रात फलगु नदीच्या काठी 'विष्णुपद' नावाचे प्रसिद्ध विषूणचे मंदिर आहे. येथे पितरांना पिंडदान केल्याने स्वर्गप्राप्ती होते, अशी श्रद्धा आहे. पितृपक्षामध्ये भारताच्या कानाकोपऱ्यातून श्राद्धविधीसाठी हजारो यात्रिक येथे येतात. फलगु नदीच्या पैलतीरावर रामगया आहे. या ठिकाणी श्रीरामाने

महाबोधि विहार बोधगया

आपला पिता राजा दशरथ याला पिंड अर्पण केले होते अशी आख्यायिका आहे.

या पुराणप्रसिद्ध गयेपासून सात मैल अंतरावर 'बोधगया' आहे. 'महाबोधी विहार' नावाचे भगवान बुद्धाचे सम्राट अशोकाने बांधलेले भव्य मंदिर येथे आहे. मंदिर आणि त्याचा सगळा परिसरच अतिशय रमणीय आहे. येथेच विख्यात 'बोधीवृक्ष' आहे. या वृक्षाखालच सिद्धार्थ गौतमाला बुद्धत्व प्राप्त झाले. आणि तो भगवान बुद्ध बनला. ह्या वृक्षाखाली 'वज्रासन' नावाचा एक नक्षीदार पाषाण आहे. बुद्ध यात्रिक या ठिकाणी येत असतात.

गया नगरीला प्राचीन इतिहासही आहे. महाभारतकाळी जरासंधाची राजधानी येथेच होती. हल्ली गया बिहारमधील एक प्रमुख शहर आणि जिल्ह्याचे ठिकाण आहे.

पावापुरी

हे एक जैनांचे प्रसिद्ध तीर्थस्थान आहे. कार्तिक कृष्ण अमावस्येला प्रात:काळी भगवान महावीरांना येथेच मुक्ती लाभली होती. या सुमारास हजारो जैन यात्रिक दरवर्षी येथे जमा होतात. प्रचंड यात्रा भरते. पाटण्यापासून ५९ मैल अंतरावर दक्षिणेकडे पावापुरी हे क्षेत्र आहे. येथे एक विशाल सरोवर आहे. त्याच्यामध्ये संगमरवराचे अतिशय सुंदर आणि भव्य मंदिर आहे. मंदिरात भगवान महावीरांची चरणचिन्हे आहेत. हेच त्यांचे निर्वाण स्थल. सरोवरात लाल, पांढरी आणि निळी कमळे फुललेली असतात. या महावीरांच्या जलमंदिरात निर्वाण महोत्सवाच्या वेळी भक्तिगीतांचे गायन चालते. संध्याकाळी दीप पर्व साजरे केले जाते.

पावापुरीचे जलमंदिर

राजगृह

हे एक प्राचीन नगर आहे. रामायणात याला वसुमती असे नाव आहे. ब्रह्माचा पुत्र वसु याने हे नगर वसविले अशी आख्यायिका आहे. पुराणात यालाच बृहद्खंडपूर म्हटले आहे. जरासंध राजाचा पूर्वज बृअद्वतराजा याच्यावरून हे नाव पडले. कुशाग्रपूर असेही एक नाव या नगराला आहे. या नगराच्या सभोवती सुगंधित कुश वनस्पतीचे विशाल बन होते, म्हणून हे नाव पडले असे म्हणत असत. बौद्धकालातही बिंबिसार आणि अजातशत्रू यांच्या कारकिर्दीत या नगरीला बरेच महत्त्व होते. भगवान महावीरांनी आपले वास्तव्य येथे केले होते. 'राजगृह आनंददायक आहे' असे भगवान बुद्धांनी म्हटले होते. त्या काळी राजगृह व्यापाराचे मोठे केंद्रही होते. भगवान बुद्धाच्या निर्वाणानंतर अजातशत्रूने त्यांच्या

अवशेषावर येथेच स्तूप बांधला होता.

राजगृहाच्या आसमंतात महावीर आणि बौद्ध यांच्यासंबंधित अशी अनेक स्थळे आहेत. येथील रणभुती, देवदत्ताचे समाधी स्थान, अजातशत्रूचा स्तूप, वेणुवन, जैनमंदिर, महादेवाचे मंदिर, बिंबिसार पथ, सप्तधारा आणि ब्रह्मकुंड ही प्रेक्षणीय ठिकाणे आहेत.

नालंदा

अडीच हजार वर्षांपूर्वीच्या काळातील भारतामधील नालंदा हे तक्षशिलेप्रमाणेच एक विख्यात विद्यापीठ होते. राजगृह नगरापासून सात मैलांवर तत्कालीन नालंदा विश्वविद्यालय आज भग्नावस्थेत अस्तित्वात आहे. एकेकाळी या विद्यालयाची ख्याती जगभर पसरलेली होती. भारताच्या कानाकोपऱ्यातूनच नव्हे तर तिबेट, चीन, जपान, कोरिया, श्रीलंका इत्यादी देशोदेशांचे विद्यार्थी येथे अध्ययनासाठी येत असत.

नालंदाच्या उत्खननामध्ये त्यात बऱ्याच प्राचीन वस्तू, ताम्रपट, चैत्य, स्तूप, आणि अनेक बुद्धमूर्ती मिळालेल्या आहेत.

अनेक शतकानंतर ज्ञानाच्या क्षेत्रातील नालंदाचा प्राचीन गौरव पुनरुज्जीवित करण्याच्या उद्देशाने बिहार सरकारने १९५१ साली येथे 'नवनालंदा महाविकार' या संस्थेची स्थापना केली आहे. पाली, बौद्धधर्म, इतिहास इत्यादी विषयांचे सखोल अध्ययन आणि संशोधन यासाठी ही संस्था आहे. या संस्थेतही बौद्ध देशातील जिज्ञासू अध्ययनासाठी येत असतात.

वैशाली

प्राचीनकाळी लिच्छवी गणराज्याची ही राजधानी होती. परंतु त्या वैभवशाली नगरीचे उत्खननात सापडलेले अवशेष आज फक्त पाहावयास मिळतात. येथे सापडलेल्या महत्त्वपूर्ण अवशेषांमध्ये अशोकस्तंभ पाहण्यासारखा आहे. याला 'भिमसेन की लाठी' असेही म्हणतात. येथील बुद्धाची मूर्ती सुंदर आहे. जवळच्याच कुंडपूर गावात भगवान महावीरांचा जन्म झाला होता. हिंदूंची बरीच मंदिरेही आहेत.

बक्सार

विश्वमित्र ऋषीची ही तपोभूमी आहे. श्रीरामाने त्राटिका राक्षसीचा वध येथेच केला अशी आख्यायिका आहे. येथील रामरेखा घाटावर विश्वमित्रांची भव्य मूर्ती आहे.

सहसराम

अशोकस्तंभ वैशाली रोहतासगड

हे एक ऐतिहासिक नगर आहे. शेरशाहाचे विख्यात मकबरे आणि अनेक ऐतिहासिक वास्तू, स्मारके जुन्या काळाची आठवण देतात. येथील शेरशहाचा मकबरा अति भव्य इमारतींपैकी एक आहे. विजापूरच्या गोलघुमटाशी स्पर्धा करणारा असा प्रचंड घुमट येथे आहे. या मोगल कालीन वास्तूखेरीज येथील माजरकुंड, मोतीकुंड आणि सीताकुंड ही निसर्गरमणीय स्थाने आहेत.

येथे एक प्राचीन किल्ला आहे. हा अतिशय दुर्घट जंगलात पहाडावर बांधलेला आहे. याच्या आसपास मोठे शहर होते. शेरशाहाला हा गड फार प्रिय होता. अकबराच्या काळी राजा मानसिंह याला हा गड जहागीर मिळाला. मानसिंहाने याचा जीर्णोद्धार केला होता. आज भग्न अवस्थेत हा किल्ला उभा आहे.

मुंगेर

अंग प्रदेशाची राजधानी मुंगेर येथे होती. कर्ण येथील राजा होता. त्याने बांधलेल्या किल्ल्याचे भग्नावशेष आजही पहावयास मिळतात. येथील सीताकुंड हे हिंदूंचे पवित्र तीर्थस्थान आहे. हे गरम पाण्याचे कुंड आहे. परंतु प्रत्येक वर्षी रामनवमीच्या दिवशी सीताकुंडातील पाणी थंड बनते. बौद्ध आणि जैन यांच्या दृष्टीनेही हे महत्त्वाचे स्थान आहे. पुढे ह्या ठिकाणी वीर कासीमची राजधानी आली. त्याने किल्ल्यात एक शस्त्रागार काढले होते. 'बंदुक कारखाना' या रूपाने ते आजही दिसते. मुंगेर येथील तोफखाना बाजार आणि कासीम बाजार प्रसिद्ध आहे.

भागलपूर

गंगानदीच्या काठावर हे शहर वसलेले आहे. प्राचीन अंग देशाची येथे राजधानी होती. त्या वेळी याचे नाव चंपा असे होते. येथे रेशमी आणि टसरचे कापण तयार होते. येथे तयार होणाऱ्या सतरंज्या आणि कांबळ्या फार प्रसिद्ध आहेत. हजारो लोक या उद्योगावर पोट भरतात. येथे 'कृषि महाविद्यालय'ही आहे.

दरभंगा

उत्तर बिहारमधील हे प्रमुख शहर आहे. शिक्षण आणि संस्कृती यांसाठी हे प्राचीन काळापासून प्रसिद्ध आहे. येथे एक वैद्यकीय महाविद्यालय आणि संस्कृत विश्वविद्यालय आहे. शहरात मोठमोठ्या इमारती व मंदिरे असून तीन मोठे तलावही आहेत.

सोनपूर

उत्तर बिहारमधील हे एक प्रमुख रेल्वे स्टेशन असून याचा प्लॅटफॉर्म जगातील सर्व प्लॅटफॉर्ममध्ये अधिक लांबीचा आहे. कार्तिक पौर्णिमेच्या सुमारास येथे जनावरांचा फार मोठा बाजार भरतो. एवढा मोठा बाजार आशियात अन्यत्र भरत नाही. या जत्रेला 'सोनपूर मेला' अथवा 'हरीहर क्षेत्र का मेला' असे म्हणतात. सहा सात मैलांच्या परिसरात एक महिनाभर ही यात्रा चालते. त्यावेळी इतर वस्तूंची मोठमोठी दुकानेही थाटलेली असतात. इंग्रजांच्या काळी येथील घोडदौड फार प्रसिद्ध होती. गंगा आणि गंडक या पवित्र नद्यांच्या संगमाजवळ असलेले हरिहर नाथाचे मंदिर मोठे तीर्थक्षेत्र मानले जाते.

★★★

७.विकासोन्मुख बिहार

स्वातंत्र्यप्राप्तीनंतर देशात स्वराज्याचे सुराज्य करण्यासाठी प्रयत्न सुरू झाले. नियोजन मंडळाची स्थापना झाली. पंचवार्षिक योजनांची आखणी झाली. बिहारही विकास कार्यात मागे राहिला नाही.

बिहारमध्ये शेती हाच प्रमुख व्यवसाय आहे. बहुसंख्य लोक शेतीवरच अवलंबून आहेत. परंतु त्यातील जमीनधारक थोडे असून बड्या जमीनदारांच्या ताब्यात पुष्कळशी जमीन आहे. बिहारमध्ये जमीनदारी प्रथा फार मोठ्या प्रमाणावर अस्तित्वात होती. स्वातंत्र्यानंतर जमिनीधारणाविषयक विविध कायदे करण्यात आले असून ही प्रथा हळूहळू नष्ट होत चालली आहे.

बिहारची भूमी अत्यंत उपजावू, सकस आहे. विशेषत: गंगा नदीचे खोरे फारच समृद्ध आहे. बिहारमध्ये गंगा, कोसी, दामोदर यासारख्या मोठमोठ्या नद्या आहेत. शेतीची समृद्धी वाढवायची तर हमखास पाण्याची सोय हवी, हे लक्षात घेऊनच बिहारमध्ये विविध प्रकारच्या धरण योजना आखण्यात आल्या.

गंडक प्रकल्प

बिहार आणि उत्तर प्रदेश सरकारांच्या साहाय्याने हा प्रकल्प आकारास आला आहे. नेपाळ प्रदेशालाही या प्रकल्पापासून पाणी व वीज मिळणार आहे. ७४७.३७ मीटर लांबीचे धरण गंडक नदीवर बिहारमधील वाल्मिकीनगर येथे बांधण्यात आले असून याच्या पश्चिम कालव्यामुळे बिहारच्या सहसी जिल्ह्यातील ४.८४ लाख हेक्टर जमीन पाण्याखाली आली आहे. त्याचप्रमाणे पूर्व कालव्यातील पाण्यामुळे चंपारण, मुझफ्फरपूर व दरभंगा या जिल्ह्यातील ६.६८ लाख हेक्टर जमीन पाणस्थळ होणार आहे.

या प्रकल्पावर नेपाळ हद्दीत मोठे विद्युतगृह तयार झाले असून १५ मेगॅवॅट इतकी वीज निर्मिती त्यातून होते.

लोहकारखाना - जमशेदपूर

या प्रकल्पाला सुमारे १६९.५९ कोटी रुपये खर्च झाले आहेत. राज्यात विद्युतनिर्मितीची एकंदर क्षमता १८३४ मेगावॅट असून त्यापैकी १६२५ मेगावॅट औष्णिक, १२९ मेगावॅट जलविद्युत तर ८० मेगावॅट अपारंपरिक स्रोतातून मिळणारी वीज आहे.

कोसी प्रकल्प

बिहारमधील ११० कोटी रुपये खर्चाचा हा प्रकल्प आहे. कोसी नदीवर हनुमाननगर येथे हे धरण झाले असून या धरणामुळे नेपाळ व बिहारमधील २०,७२० वर्ग कि.मी. जमीन महापुराच्या तडाख्यातून वाचली आहे. नेपाळ व बिहारमधील १२ लक्ष हेक्टर जमिनीला या धरणामुळे पाणी उपलब्ध झालेले आहे.

या प्रकल्पावर कोसी विद्युतगृह देखील उभारण्यात आले असून २० मेगावॅट इतकी वीज निर्मिती होत असते. नेपाळलाही ह्या विजेचा लाभ मिळतो.

याशिवाय दामोदर घाटी योजनाही अस्तित्वात आली असून प. बंगाल प्रमाणेच बिहारलाही तिचा लाभ होत आहे. महापुरामुळे होणारे नुकसानही थांबले आहे.

महापुराने पूर्वी दरवर्षी भयंकर नुकसान होत असे. पूर प्रतिबंधक अशा अनेक योजना आता बिहारमध्ये झालेल्या आहेत. या मोठ्या योजनांव्यतिरिक्त

कोसी प्रकल्प

टाटा समूहाचा
नॅनो प्रकल्प

अनेक लहान-लहान प्रकल्प साकरलेले आहेत. वीज निर्मितीमुळे औद्योगिक क्षेत्रातही बराच विकास झाला असून अनेक तऱ्हेचे कारखाने निघाले आहेत.

कागद, सिमेंट, औषधे, इंजिने इत्यादींचे उत्पादन वाढले आहे. गावोगाव वीज पुरवठा होत आहे.शेती व उद्योगधंदे यांच्या विकासाबरोबर शिक्षण, आरोग्य, निवारा, दळणवळण यांच्या सोयी उपलब्ध झालेल्या आहेत.

बिहार स्वातंत्र्योत्तर विकासाची वाटचाल करीत आहे.

★★★

८. बिहारी लोकसाहित्य

लोकसाहित्य ही त्या त्या भाषेची एक अमूल्य अशी ठेव आहे. लोकभावना, लोकाचार आणि लोकस्थिती यांचे दर्शन लोकसाहित्य घडवीत असते. प्रत्येक भाषेत असे साहित्य आहे. बिहारमध्ये रूढ असलेल्या भोजपुरी, मगही, मैथिली इत्यादी लोकभाषेत पुष्कळच लोकगीते, लोककथा आदी साहित्य उपलब्ध आहे. बिहारमध्ये हिंदी भाषेचेही प्रचलन आहे. हिंदीतही भरपूर लोकसाहित्य उपलब्ध आहे. बिहारच्या पश्चिम भागात प्रचलित असलेली ही काही बालगीते पाहा. 'कबड्डी' चा खेळ खेळताना मुले ही गीते गात असतात.

१

कबड्डी में लबडी पाताल हाहाराई ।
चील्ह कउआ हाँक पारे बाघ लरि आई ।।

२

ए कबडिया रेता; भगत मोर बेटा ।
भगताइन मोरी जोरी, खेलबि हम होरी ।।

३

आम छू, आम छू, कबडी झनक छू ।
आम छू, आम छू, कउडी बादाम छू ।।

४

महाराष्ट्रात ज्याप्रमाणे 'आपडी थपडी' नावाचा खेळ लहान बालक खेळतात तसाच हा खेळ एकमेकांचे हात एकावर एक ठेवून बिहारी मुले खेळतात. खेळताना म्हणतात -

ताई ताई पुररिया, धीव में चमोरिया ।
हम खाई कि मडजी खाई

मडजी पतरेंगिया ।।

५

'चुप्पी' नावाचा एक खेळ मुले खेळतात. या खेळात खेळणारी सारी मुले काही वेळ गुपचूप असतात आणि त्यापैकी एकजण म्हणत असतो -

ओका, बोका, तीन तडोका,
लडआ लाठी, चन्दन काठी ।
बाग में बगडवा डोले,
सावन में करहला फूले,
ओ करहला के नाँव का,
दूजइल, विजइल, पानवा, फुलवा
पूअबा पचक ।

६

'झाका झूमरि' नावाचा खेळ मुली खेळतात. एकमेकींचे हात धरून फुगडी प्रमाणे गोलाकार फिरतात त्या वेळी त्या म्हणतात -

एक हाडी झिंकडा, बडेरी लागे घुँआ,
सातु पकवली गल गल पूआ ।
अपने खइली धिअहवा पूआ ।
हमरा के दिहली ते लहवा पूआ ।
ना खाइबि पूआ, खेलबि जूआ ।
ना खाइबि पूआ, खेलबि जूआ ।।

७

मराठी मुले खेळताना गडी निवडतात, त्यावेळी 'अरिंग मिरिंग' असा मंत्र म्हणतात. त्याचप्रमाणे बिहारी मुले पुढीलप्रमाणे गंमतीचा मंत्र म्हणून गडी निवडतात -

इरीच मरीच मरचाई पत्ता
पत्ता उपर तीर कमान
कबडी खेल मरी जवार

भोजपुरी लोककथा- भाग्य आणि कर्म

असंच एक गाव होतं. गावात नाना तऱ्हेचे लोक रहात होते. लोहार, चांभार, सुतार, शिंपी... नाना तऱ्हेचे लोक, नाना तऱ्हेचे उद्योगधंदे करून

आपलं पोट भरीत.

तर त्या गावात असाच एक कोष्टी रहात होता. कोष्टी कष्टाळू होता. दिवसातला पुष्कळसा वेळ तो मागावर बसायचा, कापड विणायचा. विणण्याच्या कलेत कोष्टी कुशल आणि पारंगत होता. कपडा विणताना तो त्यावर सुंदर सुंदर नक्षीकाम भरायचा. सोनेरी, चंदेरी जरीची वेलबुट्टी काढायचा. पाहताच मोहून जावे अशी त्याची तलम पोताची आणि नक्षीदार विणाई असायची. त्यामुळे त्याने विणलेले शेले, दुपट्टे, साड्या इत्यादी नाना प्रकारची वस्त्रं इतरांपेक्षा महागडी असायची. कोष्ट्याच्या कष्टाचा, कौशल्याचा दाम तर नको यायला?

परंतु कोष्ट्याच्या महागड्या किंमतीमुळे त्याची कापडं चांगली असूनही पाहिजे तितकी खपत नसत. कधीमधी श्रीमंत सरदार आणि राजेरजवाडे खरेदी करीत तेवढीच. अशामुळे व्हायचं काय, तर हातात कलाकुसर असूनही कोष्ट्याचं पोट भरायची मारामार !

कोष्टी सदैव काळजीत असायचा. पैशाची चणचण मागं असायची. कष्ट करूनही कमाई होत नाही, याचं त्यात वाईट वाटायचं. दुसरे कोष्टी जाडंभरडं कापड विणायचे. ते दणकून खपायचे !

एके दिवशी कोष्टी कंटाळला आणि आपल्या बायकोला म्हणाला, ''या गावात काही माझं कापड घेणारं फारसं गिऱ्हाईक नाही. माझ्या कलेचं इथे चीज होणार नाही. पिकतं तिथं विकत नाही म्हणतात, तशातलीच ही गत. तेव्हा मी म्हणतो की, उठावं आणि परदेशी जावं. गावोगाव हिंडावं आणि नशीब उजाडतंय का पाहावं. इथंच रहायचं तर जाडंभरडं कापड विणलं पाहिजे, दुसऱ्याप्रमाणे तेच विकलं पाहिजे. पण माझ्या हातून तसली विणाई होणार नाही. मला ते जमणार नाही. माझ्या कलाकुसरीला त्यात वाव नाही. तेव्हा मी परदेशी जातो.''

कोष्टीणबाईला नवऱ्याचे दु:ख समजले, पण घरदार सोडून परदेशी जाण्याची कल्पना काही तिला रुचली नाही. ती म्हणाली,

''माझं ऐका, परदेशी जाऊन काय होणार? नशिबात असेल तर ते इथंही मिळेल. आजवर मिळालं नाही म्हणून पुढं मिळणार नाही असं थोडंच आहे?''

''अगं, हातपाय हलविल्याशिवाय, काही तरी धडपड केल्याशिवाय नशीब का उघडतं? 'दे रे हरी खाटल्यावरी' म्हणून का भागतं? पक्वान्नांनी भरलेलं ताट पुढं आलं तरी हातानं घास घेऊन तोंडात घालावाच लागतो. तोंडात घातलेला घास चांगला चावावा लागतो. गिळावा लागतो. मग तो पोटात जातो. माणसानं उद्योग हा केलाच पाहिजे. कष्ट घेतलेच पाहिजेत. कष्ट न करता केवळ

नशिबावर विसंबून राहता येणार नाही. कष्ट करणं आपल्या हातात असतं. नशीब बदललं तर त्यानंच बदलेल.''

कशीबशी बायकोची समजूत पटवून कोष्टी परदेशी गेला. तिथं एका मोठ्या शहरात त्यानं दुकान थाटलं. आपला माल मांडला. तिथल्या लोकांनाही तो आवडता. कोष्ट्याचा माल भराभर खपू लागला. थोडक्याच दिवसात कोष्ट्याजवळ बराचसा पैसा जमला. मालाला मागणी वाढली तसा आणखी माल कोष्ट्यानं तयार केला. धनिक लोक कोष्टी. सांगेल ती किंमत मोजू लागले.

अशा रीतीने तीन एक वर्ष कोष्टी तिथं राहिला. तीन वर्षात खाऊन पिऊन तीन हजार सुवर्णाच्या मोहरा त्यानं गाठी बांधल्या.

मग कोष्ट्याला घराची आठवण वरचेवर येऊ लागली. पैसा जमला, आता घरी परतू या. ''एवढी संपत्ती बायकोच्या ओटीत घातली म्हणजे ती किती खूश होईल बरं!...'' कोष्टी मनाशी बोलायचा. मग एके दिवशी त्यानं सगळी आवराआवर केली. पैसे घेतले आणि गावाकडे जायला निघाला.

जाता जाता वाटेत एक जंगल लागलं. संध्याकाळही झाली होती. कोष्ट्यानं विचार केला, ''इथंच एखाद्या झाडावर रात्र काढावी. सकाळ होताच पुढे जावं.''

कोष्टी एका वडाच्या भल्या मोठ्या झाडावर चढला. वडाच्या शाखा चोहोअंगाला पसरलेल्या होत्या. पारंब्या लोंबत होत्या. पानांची घनदाट छाया होती. कोष्ट्यानं सोयीची जागा निवडली. एका फांदीवर पाय पसरले. दुसऱ्या फांदीचे उसे केले. दिवसभर चालून चालून तो थकला भागला होता. पटकन झोपून गेला. गाढ झोप लागली.

रात्री त्याला स्वप्न पडले. स्वप्नात दोन माणसे दिसली. त्यापैकी एक होता कर्मपुरुष आणि दुसरा होता भाग्यपुरुष. दोघे झाडाखाली आले. आपसात बोलू लागले. भाग्यपुरुष म्हणाला,

''कर्मदेवा! या कोष्ट्याच्या नशिबात फक्त भाजी भाकरी एवढीच मिळकत लिहिलेली असताना याला तीन हजार सुवर्ण मोहरा कशा दिल्यास?''

कर्मपुरुष म्हणाला, ''भाग्यदेव! उद्योग करणाऱ्याला त्याच्या कष्टाचे फळ देणे एवढेच माझे काम. जो कष्ट करील, प्रयत्न करील त्याला फल मिळणारच! मी ते त्याला दिले, आता पुढे तुम्हाला जसे वाटेल तसे तुम्ही करा.''

कर्मपुरुष आणि भाग्यपुरुष यांच्यामधील हा संवाद ऐकताच कोष्टी खडबडून उठला. जागा झाला. आपल्याजवळची मोहोरांची थैली चाचपून पाहिली तर ती रिकामी! एकही मोहर थैलीत नव्हती! कोष्ट्यानं पुन: पुन्हा थैली चाचपली,

सोडून पाहिली, पण थैली रिकामीच्या रिकामीच!

कोष्ट्याचा सगळा आनंद, समाधान क्षणार्धात मावळून गेलं. कोष्टी बिचारा दु:खीकष्टी झाला. एवढी तीन वर्षे मेहनत केली, ती फुकट गेली!

रात्रभर कोष्टी विचार करत बसला. धन मिळवण्यासाठी घर सोडून निघालो तर रिकाम्या हाताने आज कसे परतायचे? विचार करून त्याने मनाशी ठरवले की, "आता घरी जायचेच नाही, परत कष्ट करू, धन मिळवू आणि मगच जाऊ!"

कोष्टी उजाडताच घराची वाट सोडून परत शहराकडे वळला. परत सगळी मांडामांड केली. परत कष्ट उपसू लागला. रात्रंदिवस राबू लागला. पूर्वीपेक्षा दुप्पट तो राब राब राबला, आणि एका वर्ष-दीड वर्षातच कोष्टाने सहा हजार सुवर्णाच्या मोहरा गाठी बांधल्या.

एवढा पैसा मिळाल्यावर कोष्ट्याला घराची ओढ लागली. एके दिवशी सगळी आवराआवर करून तो निघाला. पाच हजार मोहोरांची थैली नीट बांधून घेती. बंदोबस्तानं ठेवली.

शहराबाहेर पडताच त्यानं विचार केला, "दुसऱ्या रस्त्यानं जाऊ या म्हणजे मागच्या वेळी आली तशी आपत्ती येणार नाही."

कोष्टी दुसऱ्या वाटेने दिवसभर चाल चाल चालला आणि गंमत अशी की संध्याकाळच्या वेळेला त्याच, पूर्वीच्या जंगलातील वडाच्या झाडाजवळ येऊन पोचला!

कोष्ट्याला याचे नवल वाटले. दु:खही झाले. दुसरी वाट धरली तरी नशीब तिथंच आणून सोडते. होणारे टळत नाही. हे पाहून कोष्टी कष्टी झाला.

ती रात्र त्याच वडाच्या झाडावर काढायची ठरवून तो एका फांदीवर दुसऱ्या फांदीचा आधार घेऊन झोपला.

त्या रात्री पुन्हा कोष्ट्याला स्वप्न पडले. स्वप्नात भाग्यपुरुष आणि कर्मपुरुष दिसले. त्यांचा संवाद ऐकला. भाग्यपुरुष म्हणाला,

"कर्मदेवा, या कोष्ट्याला आपण एवढी संपत्ती कशासाठी दिलीत? याच्या नशिबात तर केवळ भाजी भाकरी आणि जाडाभरडा कपडाच लिहिलेला आहे!"

कर्मपुरुष म्हणाला, "भाग्यदेवा, मनुष्याला त्याच्या कर्माचे फल देणे, हे माझे कर्तव्य आहे. त्याला मिळालेले फल तो उपभोगू शकेल की नाही हे तुमच्या इच्छेवर अवलंबून आहे."

हा संवाद ऐकताच कोष्टी खडबडून जागा झाला. उठून बसला. आपली थैली चाचपून पाहिली तर ती एकदम रिकामी! पुन:पुन्हा चाचपली, सोडून पालथी करून पाहिली, पण एकही मोहर निघाली नाही. दुसऱ्या वेळीही कामावलेली सगळी पुंजी गेल्याचे पाहून कोष्ट्याला अतिशय वाईट वाटले. ''आपल्या नशिबात धन नाही. पण धनाशिवाय जीवन व्यर्थ आहे. तर मग निर्धन अवस्थेत जगायचे तरी कशाला?'' असा विचार करून कोष्ट्याने मरून जायचे ठरवले.

पण त्याचवेळी भाग्यपुरुष येऊन म्हणाला, ''असा अविचार करू नकोस, निराश बनू नकोस. तुझे आयुष्य आणखी शिल्लक आहे, ते उत्तम रीतीने जग. घरी जा. मी तुला वर देतो. बोल, काय वर देऊ?''

''वरच देणार असाल तर मला धनवान करा, देवा'' कोष्टी हात जोडून म्हणाला, हे ऐकून भाग्यपुरुष म्हणाला, ''पण धन घेऊन करणार काय तू? तुझ्या नशिबात धनाचा उपभोग लिहिलेला नाही.''

''देवा, तरीसुद्धा मला धन हवेच. या जगात असे किती तरी धनी, श्रीमंत लोक आहेत की, ज्यांना अपंगपणामुळे, आजारपणामुळे किंवा कंजूस स्वभावामुळे स्वत: जवळच्या धनसंपत्तीचा उपभोग घेता येत नाही. परंतु धन जवळ असल्यामुळे त्यांना समाजात चारचौघात मान आहे, प्रतिष्ठा आहे. सगेसोयरे त्यांच्या आगे-मागे असतात. मित्र सदा सर्वकाळ आजूबाजूस राहातात. त्यांच्यातील दोष आणि उणिवा दिसल्या तरी कुणी त्यांच्या तोंडावर त्यासंबंधी बोलत नाहीत. देवा, माझ्या नशिबात धनाचा उपभोग नसला तर नसू दे. पण मला निदान धनी म्हणवून घेऊ दे!''

''ठीक आहे. तर मग तू आता जवळच्या गावात जा. तुला एका सौदागराचं घर लागेल, सौदागराला दोन मुलं आहेत. एक आहे कंजूस. त्याला म्हणतात धनजोडू तर दुसरा आहे उधळ्या. त्याला म्हणतात धनउडवू, तुला जसं व्हायचं असेल तसा तू होशील.''

भाग्यपुरुषाने आशीर्वाद दिला. तो अंतर्धान पावला.

कोष्टी मग धावत गावात गेला. सौदागराचे घर शोधू लागला. आधी चौकशी केली धनजोडूची. लोक म्हणाले, ''असंल बाबा राहात कुठं, करायचं काय आपल्याला अशा माणसाशी? मुलखाचा कद्रू! सकाळी सकाळी कशाला त्याचं नाव घेतलंस बाबा? कुणी परदेशी दिसतोयस?''

कोष्टी समजून चुकला की, ''धनजोडू बराच बदनाम झालेला दिसतोय या गावात! कुणी त्याचं नाव घ्यायला की ऐकायलासुद्धा राजी नाही! बरं तर,

आपणच हुडकून काढू या त्याला.''

कोष्टी गावभर हिंडला. हिंडता हिंडता शेवटी त्याला धनजोडूचं घर एकदाचं साडपलं. त्यानं दारात जाऊन धनजोडूची चौकशी केली तर त्याच्या बायकोने आणि पोरांनीच आधी त्याला धुडकावून लावलं, पण तरीसुद्धा कोष्टी त्याच्या अंगणात जाऊन बसलाच. नाईलाज झाला तेव्हा धनजोडूच्या बायकोने त्याला ओली सुकी भाकरी खायला दिली. रात्री कोष्टी तिथे अंगणातच आडवा झाला नि झोपी गेला.

झोपेत कोष्ट्याला स्वप्न पडले. स्वप्नात कर्मपुरुष आणि भाग्यपुरुष दिसले. भाग्यपुरुष म्हणाला, ''कर्मदेवा, तुम्ही हे काय केलंत? या धनजोडूच्या नशिबात तर एक पैसाही खर्च करायची बुद्धी नाही, मग या कोष्ट्यासाठी भाकरी देववून फालतू खर्च कशाला करवलात?'' कर्मपुरुष म्हणाला, ''भाग्यदेवा, मला जे योग्य दिसले ते मी करवून घेतले, या उप्पर आपली मर्जी!''

दुसऱ्या दिवशी धनजोडू आजारी पडला. आजारपणामुळे त्याला किती तरी दिवस जेवता आले नाही. उपाशी राहावे लागले. धनजोडू उपाशी म्हणून कोष्ट्यालाही उपास घडले.

शेवटी उपाशीतापाशी कोष्टी एके दिवशी तेथून निघाला. तो धनउडवूच्या शोधात निघाला. ठिकठिकाणी त्यानं धनउडवूची चौकशी कली तर पोराटोरांनीही त्याचा पत्ता सांगितला. प्रशंसा केली. काही जणांनी तर कोष्ट्याला धनउडवूच्या घरी आणून सोडलं!

धनउडवूनेही कोष्ट्याचे आगत स्वागत केले. पोटभर गरमागरम जेऊ घातले. नवीन कपडे घालायला दिले. मऊ बिछाना घालून दिला. सगळी सोय केली आणि मग तो रात्री झोपी गेला.

त्या रात्रीही कोष्ट्याला स्वप्न पडले. स्वप्नात कर्मपुरुष आणि भाग्यपुरुष दिसले. भाग्यपुरुष म्हणाला, ''कर्मदेवा, या कोष्ट्याच्या आदरातिथ्यार्थ धनउडवूने तर जवळची उरली सुरली पुंजीही खर्चून टाकली! आता उद्या त्याच्या खाण्यापिण्याची व्यवस्था काय?''

कर्मपुरुष म्हणाला, ''भाग्यदेवा, चांगले कर्म करण्याची प्रेरणा देणे हे माझे काम आहे. ते मी केले. आता हे चुकले असेल तर ते दुरुस्त करणे हे तुमचे काम आहे. नशिबाचा चमत्कार दाखवा आता!''

दुसऱ्याच दिवशी राजदरबारातून एक सेवक आला आणि राजाने दिलेली मोहोरांची थैली धनउडवूच्या स्वाधीन करून गेला.

हे पाहून कोष्टी मनाशी विचार करू लागला, ''धनजोडूच्या प्रमाणं कोट्यधीश बनण्यापेक्षा धनउडवूप्रमाणे परोपकारी बनणं, सुखानं राहाणं लखपटीनं बरं. कारण धनाचा सदुपयोग त्याच्या सद्व्यापातच आहे! ज्या श्रीमंताच्या जवळची संपत्ती कोणाच्याच कामी येत नाही, त्याच्यापेक्षा निर्धन काय वाईट? धर्माचरण केल्यानेच माणूस धर्मात्मा बनतो, केवळ धर्मोपदेश केल्याने नाही. तेव्हा हे भाग्यदेवा! आपण मजला धनउडवूप्रमाणे धनी बनवा!''

कोष्ट्याच्या इच्छेनुसार भाग्यपुरुषाने त्याला धनउडवूप्रमाणे धनी बनवले.

कोष्टी आपल्या गावात परत आला. तिथे परत धंदा करू लागला, त्याचा धंदा जोरात चालू लागला. खूप पैसा कमावू लागला. पण कोष्टी जेवढे कमवी तेवढे परोपकारात, सत्कृत्यात खर्च करून टाकी.

कोष्टी आणि कोष्टीण समाधानात, आनंदात राहू लागले.

★★★

९. संभाषण

बिहारमध्ये हिंदी शिवाय भोजपुरी, मैथिली व मगही अशा तीन भाषा भिन्न भिन्न भागात लोकांच्या बोलण्यात आहेत. त्यांतील काही प्रथम परिचयात्मक वाक्ये येथे देवनागरीत दिली आहेत. एखाद्या, त्या त्या भागातील बिहारी माणसाशी प्रारंभी बोलण्यासाठी आणि बिहारी भाषांचा अल्पसा परिचय होण्यासाठी यांचा उपयोग होईल.

मराठी	भोजपुरी
नमस्कार !	- रामराम बाबूजी । चाचाजी ।
आपले नाव काय?	- रऊरा शुभ नाम ?
माझे नाव राजेंद्र.	- हमार नाम राजिंदर ह ।
आपले आडनाव काय?	- आपने के उपधि ?
आपल्या वडिलांचे नाव काय?	- आपने के बाबूजी के नाम?
आपण कुठे राहाता ?	- आपने के कहा रहीला ?
मी पाटण्याला राहतो.	- हम पाटणामे रहीला ।
आपला पूर्ण पत्ता सांगा.	- आपन पूरा पता बतलाबल जाय
	- रऊरा पूरा पता बतलाई ।
लिहून घ्या.	- लिखी ।
आपण कोठून येत आहात?	- अपने के रऊरा कहाँसे आवत बानी?
मी गयेहून येत आहे	- हम गयासे आ रहल बानी ।
आपण कोठे जाणार आहात?	- आपने के । रऊरा कहाँ जात बानी?
मी भागलपूरला जाईन.	- हम भागलपूर जायब ।

तिथे आपले कोणी नातेवाईक आहेत ?	- अपने के रऊरा कोई संबंधी बाका ?
माझ्या नात्यागोत्याची	- उहवा हमर संबंधी । पहुनारी बा
माणसे तेथे आहेत.	लोग ।
तेथे माझे काही मित्रही आहेत.	- ऊहँवा दोस्त महीन भी बा लोग !
ठीक.	- ठीक बा !
बसा. येथे बसा.	- बईठी, यहाँ बईठल जाव !
तुमची प्रकृती कशी आहे?	- राऊर तबीयत कईसन बा ?
माझी प्रकृती ठीक आहे.	- निकेबानी !
हे काय केलेस?	- ई का कईनी ?
येथून बाजार किती दूर आहे?	- यहाँसे बजार कतवा दूर बा?
बराच दूर आहे.	- बहूत दूर बा !
वाट दाखव.	- रास्ता बतलाई !
किती पैसे झाले?	- कतना दाम बा?
माझ्या जवळ मोड नाही	- हमार पास खुचरा वई खे !
ह्या शहराचे नाव काय?	- ई सहर के नाम काह?
ह्या शहराचे नाव रांची	- ई रांची ह!
मला थोडे पाणी प्यायला देता का?	- थोरा पानी पीये खातीर मिल सकता?
हो, हो, अवश्य	- ह ह जरूर मिली !
ही बस कोठे जाते ?	- ई बस कहाँ जाता?
तुमचे शिक्षण किती झाले?	- अपने । रऊरा पढाई लिखाई कहाँ
	तक भईल बा?
मी पदवीधर आहे.	- हम गरज्युएट बरी !
चला, चहा घेऊ	- चलेके, चाय पानी कईल जाव !

मराठी | ## मैथिली

नमस्कार !	- नमस्कार, कुसल प्रणाम.
आपले नाव काय?	- अपन नाम की भेल?
माझे नाव राजेंद्र.	- हमर नाम राजिंदर अछ ।
आपले आडनाव काय?	- अपनेक परिचय की भेल?
आपल्या वडिलांचे नाव काय?	- आपनेक बाबूजीक नाम की भेल?
आपण कुठे राहाता ?	- अपने कत रहईत छी?

मी पाटण्याला राहतो.	- हमर घर पटणा पडईत छी ।
आपला पूर्ण पत्ता सांगा.	- अहाँ अपन पूरा पता बताऊ ।
लिहून घ्या.	- लिखल जाऊ ।
आपण कोठून येत आहात?	- अपने कतयसों आईब रहल छी?
मी गयेहून येत आहे	- हम गयासों आईब रहल छी ।
आपण कोठे जाणार आहात?	- अहाँ कतह जाईब ?
मी भागलपूरला जाईन.	- हम भागलपूर जाईब ।
तेथे आपले कोणी नातेवाईक आहेत?	- ओतह अपन किओ संबंधी छैत की?
तेथे माझे नातेवाईक आहेत	- ओतह हामर संबंधी छईत ।
तेथे माझे काही मित्रही आहेत	- ओतह हमर मित्रगण सबब रहईतछईत
ठीक	- ठीक अछ ।
बसा, येथे बसा.	- बईसल जाऊ, एतह बईसल जाऊ ।
तुमची प्रकृती कशी आहे	- और सब कुसल
माझी प्रकृती ठीक आहे	- हम कुसलसँ छी !
हे काय केलेत?	- ई अहाँ की कँयल
येथून बाजार किती दूर आहे?	- अेतह सँ बजार केतह दूर छई?
बराच दूर आहे	- बहुते दूर आछि !
वाट दाखवा	- रस्ता बताय जाऊ !
किती पैसे झाले?	- कतईक पाई भेलह ?
माझ्या जवळ मोड नाही	- हमरा पास रेजकी नई अछ !
ह्या शहराचे नाव काय?	- ई सहरक की नाव भेल?
ह्या शहराचे नाव रांची	- ई रांची सहर भेल !
मला थोडे पाणी प्यायला देता का?	- हमरा थोडेसो पाईन पियेला देब?
हो हो अवश्य	- हाँ हाँ निश्चय
ही बस कोठे जाते?	- ई बस कतह जायत ?
तुमचे शिक्षण किती झाले?	- अपनक पढाई लिखाई कतह तक?
मी पदवीधर आहे	- हम विशारद कँयल अछ?
चला, चहा घेऊ या	- चलह जाऊ, चाय तक पीयल जाईहू!

★★★

१०. भोजपुरी भारतगीत

सुन्दर सुभूमि भैया भारत के देसवासे, मोरे प्राण बसेही म खुम्हरे बटोहिया ।
एक द्वार घेरे राम हियकोत बलवासे, तीन द्वार सिन्धु घहरावेरे । ब.।
जाहु जाहु भैयारे बटोही हिन्द देखि आऊ जंहवा कुहुक कोइल बोले रे । ब.।
पवन सुगन्ध घन अगर गगन वांसे, कामिनी बिरह राग गावे रे । ब.।
विपीन अगम घर सधन बगन बीचे, चम्पक कुसून रंग देवे रे । ब.।
द्रुम वट पीपल कदम्ब निम्ब्र आम वृक्ष, केतकी गुलाब फूल फूरे रे । ब.।
तोता तूती बोले रामा बोले भेंगर जवासे पपिहा के पिपी जियासा ले रे । ब.।
सुन्दर सुभूमि भैया भारत रे देशवासे मोरे प्राण बसे गंगा धार रे । ब.।
गंगा रे जम्ना के झगमग पनियासे सरजू झमकि लहरावे रे । ब.।
ब्रह्मपुत्र पंचनद घहरते बिस दिन, सोनभद्र मीठे स्वर गावे रे । ब.।
अपर अनेक नदी उमडी-घुमडी नाचे, जुगनु के जटुआ जगावे रे । ब.।
आगरा प्रयाग काशी दिल्ली कलकत्ता वासे, मोरे प्रान बसे सरजू तीरे । ब.।
जाउ जाउ भैया रे बटीही हिन्द देसी आऊ जहाँ ऋषि चारो वेद गावे रे । ब.।
सीता के विमल जस राम जस कृष्ण जस, मोरे बाप दादा के कहानी रे । ब.।
ब्यास वाल्मिकी ऋषि गौतम कपिल देव सूतल अमर के जगावे रे । ब.।
रामनुज रामनन्द न्यारी प्यारी रूपकला, ब्रह्मसुख बनके भँक रे । ब.।
नानक कबीर गौर कर श्रीराम कृष्ण, अलख के गतिया बतावे रे । ब.।
विद्यापती कालिदास सूर जयदेव कवि तुलसी के सरल कहानी रे । ब.।
जाऊ-जाऊ भैया रे बटोही हिन्द देखि आऽ जहाँ सुख झूले छान खेतरे । ब.।
ब्रह्मदेव पृथु बिक्रमार्जुन सिवाजी के, फिरी फिरी हिम सुध आवेरे । ब.।
अपर प्रदेश देस सुभग सुध बोल मोरे हिन्द जगके निचोड रे । ब.।

सुन्दर सुभूमि भैया भारत रे भूमि जेहि, जन रघुवीर सिंह नावे रे । ब.।

बाबू रघुवीर नारायण - कवि परदेशी माणसास - बटोहिया - भारताचे सौंदर्य निरीक्षण करण्यास आमंत्रण देत आहे. या कवितेत भारताबद्दल गुणगौरव गायिले आहे. तो म्हणतो - आमचा भारत सौंदर्यांने भरलेला असून हिमालयाच्या आसमंतात पसरलेला आहे. एका बाजूस विस्तीर्ण हिमालय रक्षणाकरिता पहारेकऱ्यासारखा उभा राहून उरलेल्या तीन बाजूस सागर गर्जना करीत आहे.हे परदेशी मित्रा ! तू आमचा भारत पाहाण्यास ये, की जेथे कोकीळा कुहू कुहू स्वरात गातात; येथील आसमंतात अगर नावांच्या सुगंधाने हवा मंद मंद वाहत आहे; सुंदर तरुण स्त्रिया विरहगीते गात आहेत, येथे घनदाट अरण्ये व चम्पा फुलांसारख्या अनेक तऱ्हेची फुले असलेल्या विस्तृत बागा आहेत. वड, पिंपळ, कदम्ब, नीम, आंबा यांची झाडे असून, केतकी व गुलाबाची फुले फुलतात. अशा सुंदर बागेत पोपट मैना, आणि भुंगे गुंजारव करतात; तसेच पपीहाचे 'पी पी' ध्वनी मनास सुखवतात. हे परदेशी माणसा! असा आमचा भारत देश सुंदर आहे. आमची मने गंगामातेच्या पाण्यासारखी निर्मळ आहेत. आमचा देश, ज्या देशात, गंगा, यमुना तसेच शरयू या नद्यांचे निर्मळ पाणी वाहत आहे, जेथे रात्रंदिवस ब्रह्मपुत्रा व पंचनद ह्या महानद्या गर्जना करीत वाहतात व शोण नदी मंद मंद गतीने वाहत आहे व इतर अनेक नद्या तीव्र गतीने वाहत आहेत आणि आमचा देश काजव्यांच्या प्रकाशाच्या जादूने भरला आहे. आग्रा, प्रयाग, काशी, दिल्ली, कलकत्ता अशासारखी अनेक शहरे आमच्या भारतात आहेत.हे परदेशी मित्रा! तू ये! आणि आमचा देश पाहा. ज्या देशात ऋषी चारही वेदांचे अध्ययन करतात, जेथे सीता, राम, कृष्णासारखे आमचे पूर्वज राहात होते, व्यास, वाल्मिकी, गौतम, कपिलदेव अशांसारखे महामुनी परमेश्वरास आळवीत होते, रामानुज, रामानंद, रूपकला समाधी लावून ब्रह्मसुखापासून होणारा आनंद सांगत आहेत; तसेच गुरुनानक, कबीर, गोरा, शंकराचार्य, रामकृष्ण हे धर्मप्रचारक ईश्वर प्राप्तीचा मार्ग दाखवीत आहेत; अशा आमच्या देशात विद्यापती, कालिदास, सूरदास, जयदेव व तुलसीदासाप्रमाणे अनेक महान कवी

होऊन गेले.हे परदेशी मित्रा ! तू ये, आमचा सुंदर देश पाहा, जेथेशेतात धान्याची कणसे डुलतात, आमच्या हृदयात ब्रह्मा, पृथु, विक्रमादित्य, अर्जुन आणि शिवाजी यांच्या स्मृती अखंड वास्तव्य करतात, आमच्या देशात अनेक लहान मोठी राज्ये आहेत व त्यांची पोशाख करण्याची तऱ्हा व भाषा जरी तऱ्हेतऱ्हेची व वेगळी असली तरी आम्ही एका देशाचे रहिवासी आहोत.कवी रघुवीर आपल्या सौंदर्याने भरलेल्या भारत देशास मस्तक नमवून प्रणाम करीत आहे.

★★★